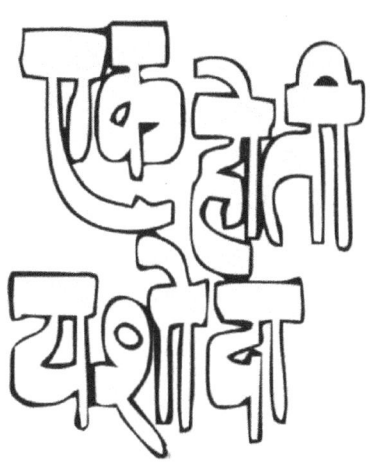

एक होती यशोदा

सुनील पांडे

#AnyoneCanPublish with

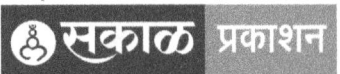

सकाळ प्रकाशन

#AnyoneCanPublish with

सकाळ प्रकाशन

Ek Hoti Yashoda

© Sunil Pande, 2024

एक होती यशोदा

© सुनील पांडे, २०२४

प्रथम आवृत्ती	:	मे, २०२४
प्रकाशक	:	सकाळ मीडिया प्रा. लि. ५९५, बुधवार पेठ, पुणे ४११ ००२
मुखपृष्ठ	:	संतोष घोंगडे
मांडणी	:	भाग्यश्री अक्कलकोटे
मुद्रणस्थळ	:	विकास प्रिंटिंग ॲण्ड कॅरिअर्स प्रा. लि. प्लॉट नं. ३२, एमआयडीसी, सातपूर, नाशिक ४२२००७
ISBN	:	978-81-968004-9-9
संपर्क	:	020-2440 5678 / 88888 49050 sakalprakashan@esakal.com

Disclaimer :

Although the author has taken every effort to ensure that the information in this book was conect at the time of printing, the author and publisher do not assume and hereby disclaim any liability to any party, society for any loss, damage, or disruption caused by errors or omissions, whether such errors and omissions are caused due to negligence, accident, amendment in Act Rules Bye laws or any other cause. The views expressed in this book are those of the Authors and do not necessarily reflect the views of the Publishers

गेले ते दिवस... उरल्या त्या आठवणी!
यशोदा आणि भैय्यांना...
तुमचे तुम्हालाच!

बोलिले लेकुरे । वेडीं वाकुडीं उत्तरे ॥१॥
करा क्षमा अपराध । महाराज तुम्ही सिद्ध ॥२॥
नाही विचारिला । अधिकार म्यां आपुला ॥३॥
तुका म्हणे ज्ञानेश्वरा । राखा पाया पैं किंकरा ॥४॥

– संत तुकाराम महाराज

प्रस्तावना

गोपाल नीलकण्ठ दाण्डेकर हे मराठीतले एक प्रख्यात लेखक. 'कुणा एकाची भ्रमणगाथा' ही त्यांची एक उत्तम कादंबरी. त्यांनी ऐन तारूण्यात असताना नर्मदा परिक्रमा केली. अर्थातच चालत. त्या काळात त्यांना आलेले विलक्षण अनुभव आणि त्यांचे त्यांनी केलेले मनाला भिडणारे कथन हा त्या कादंबरीचा विषय. त्या काळात ही परिक्रमा अतिशय खडतर होती. शरीराची आणि मनाची परीक्षा घेणारी. पण माझ्या वडिलांनी ती करताना आलेल्या जीवनानुभवाचे चित्रण ह्या कादंबरीत केले. मराठीतली ह्या विषयावरची ही पहिलीच कादंबरी. तिला मोठी रसिकमान्यता मिळाली. १९५७ साली ती 'मौज' प्रकाशनने प्रसिद्ध केली. आता ती 'मृण्मयी' ह्या आमच्या प्रकाशनातर्फे प्रकाशित होते.

हजारो मराठी रसिकांनी ती वाचली आणि तिने त्यांच्या हृदयात जागा मिळवली. कोणाला त्यातील अपरिचित जीवनानुभव लक्षवेधी वाटला, तर कोणाला निवेदकाचे (म्हणजे स्वत: लेखक) व्यक्तित्व प्रभावित करणारे ठरले. मात्र सर्वांनाच भैय्या आणि यशोदा ह्यांच्यामधला मनोबंध मनाला भिडणारा वाटला. त्यावर असंख्य प्रतिक्रिया आल्या. मोठमोठ्या प्रतिभावंतांपासून सामान्य रसिकांनी त्यावर लिहिले.

श्री. सुनील पांडे हे लेखकही भ्रमणगाथेचे वाचक. त्यांनी ह्या कादंबरीची पारायणे केली. भैय्या आणि यशोदेचा स्नेह त्यांच्या मनावर फार परिणाम करून गेला आणि ते दोघे केवळ काही दिवसांच्या स्नेहानंतर परिस्थितीवश दुरावल्यानंतर यशोदेचे मन काय म्हणत असेल? असा विचार त्यांच्या मनात घुमू लागला. मूळ कादंबरीतील अनेक उताऱ्यांचा उपयोग आपल्या लेखनात करून घेऊन त्यांनी यशोदेचं मन उलगडण्याचा प्रयत्न केला. हे आगळेच. त्या वेगळेपणाचे महत्त्व

आहेच आणि त्यांच्या कल्पनेचेही.

मात्र दाण्डेकरांनी 'कुणा एकाची भ्रमणगाथा'ला प्रथम पर्व म्हटले आहे. त्यापुढच्या काल्पनिक घटनांच्या निमित्ताने लिहिलेल्या ह्या मजकुराला पांडे ह्यांनी त्या कादंबरीचे 'द्वितीय पर्व' म्हटले हे मान्य करता येणार नाही. यशोदा-भैय्या (परिक्रमावासी-स्वत: लेखक) ह्यांच्या मानसिक, काल्पनिक प्रवासाचे हे चित्रण वेधक आणि लक्षणीय आहे.

सुनील पांडे ह्यांना त्यांच्या लेखनासाठी शुभेच्छा.

– डॉ. वीणा देव

अभिप्राय

नर्मदे हर!

सुरवातीलाच एक खुलासा करतो की, कोणत्याही लेखनासंबंधी अभिप्राय/ प्रस्तावना लिहिण्याइतका माझा बिल्कुल अधिकार नाही. मात्र 'नर्मदा-परिक्रमा' विषयासंबंधाने मैत्र जडलेले श्री. सुनील पांडे ह्यांच्या आग्रहाखातर मी हा उपद्व्याप करत आहे हा एक भाग आणि दुसरा भाग म्हणजे 'कुणा एकाची भ्रमण गाथा' वाचून 'नादावलेला' 'मी' श्री. सुनील पांडे ह्यांचा सख्य जडलेला 'समानशील' असलेला आहे, कदाचित हेच जास्त खरे!

'गोनीदा' अर्थात् गोपाळ नीळकंठ दांडेकर उपाख्य 'अप्पा' - एक सिद्धहस्त लेखक. त्यांची 'कुणा एकाची भ्रमण गाथा' वाचून नादावलेल्या असंख्य 'जीवमात्रांपैकी' माझे सुहृद श्री. सुनील पांडे.

मी सुरवातीला म्हटल्याप्रमाणे श्री. सुनील ह्यांनी 'कुणा एकाची भ्रमणगाथा' वाचून स्वतःला केवळ कथाविषयच नव्हे तर त्यामधील व्यक्तीरेखांशी - प्रामुख्याने यशोदेशी, तिला न्याय मिळावा म्हणून जोडून घेतले. ते अस्वस्थ झाले. परिणामी प्रथम आठ-एक पृष्ठांचा मजकूर 'कुणा एकीची मूक गाथा' ह्या शीर्षकाद्वारे लिहिला आणि तो मला वाचायला आणून दिला. अर्थात् तेवढ्या लिखाणावर ते संतुष्ट नव्हते, यशोदेला न्याय मिळाला पाहिजे ह्या एकमेव उद्दीष्टाने त्यांनी 'कुणा एकाची भ्रमणगाथा - द्वितीय पर्व -' अर्थात् काल्पनिक, सिद्ध केले.

अशा ह्या पार्श्वभूमीवर त्यांचे हे लिखाण!

मुळातच 'गोनीदां'च्या कादंबरीचा विषय जरी 'नर्मदा-परिक्रमा' असला तरी त्यासंबंधीचे एकूणच वर्णन प्रत्ययकारी असल्यामुळे स्वतः श्री. सुनील ह्यांनी

नर्मदेच्या तटी - परिसरात भ्रमंती केली. कदाचित् 'गोनीदां'च्या पाऊलखुणांचा मागोवा-शोध घेण्याचा त्यांचा मानस असावा.

मात्र, मला असं वाटतं की 'गोनीदां'च्या लिखाणातून त्यांच्या भ्रमंतीचा नेमका ठावठिकाणा शोधणे तसे अवघडच! त्यातून तर्कच लढवायचा झाला तर, ॐकारेश्वर ते गुजराथ राज्यात म्हणजे नर्मदेच्या उत्तर तटावर, कदाचित् मध्यप्रदेशाचा थोडाफार हिस्सा एवढी वाटचाल 'गोनीदां'नी केली असावी. तद्‌नंतर प्रकृती अस्वास्थ्यामुळे त्यांना नर्मदा-परिक्रमा खंडित करणे भाग पडले.

ह्या सर्व तर्काच्या आधारे श्री. सुनील ह्यांच्या लेखनाचा 'पट' तसा मर्यादित असणे स्वाभाविक आहे. 'गोनीदां'नी यशोदेचा निरोप घेऊन पुढची वाट चालू लागणे तिथपासून त्यांना परिक्रमा खंडित करावी लागली ह्या टप्प्याच्या अनुरोधाने श्री. सुनील ह्यांनी यशोदा आणि अप्पा ह्यांच्या मनोव्यापाराचा आलटून-पालटून आढावा प्रभावीपणे घेतला आहे ह्यात तीळमात्रसुद्धा शंका नाही.

श्री. सुनील ह्यांनी ह्या दुसऱ्या पर्वाची अखेर तशी सुखांत केली आहे हे त्यांच्या मनोधारणेशी सुसंगतच म्हणावयाचे.

मी तर एवढेच म्हणेन की आजकाल यशस्वी चित्रपटांचे 'सिक्वेल' लगोलग पडद्यावर येतात. मात्र, एखाद्या प्रभावी लेखनाचा 'सिक्वेल' लिहिला जाणे आणि तोसुद्धा तिसऱ्या/चौथ्या पिढीद्वारे! मला वाटतं मराठी भाषेत केलेला हा 'एकमेवाद्वितीय' यशस्वी प्रयोग आहे.

शेवटी जाता-जाता एकच सांगायचयं, वाचकांनी हे द्वितीय पर्व वाचण्याआधी 'कुणा एकाची भ्रमण गाथा' वाचून काढावी.

श्री. सुनील पांडे ह्यांना शुभेच्छा द्यावयाच्या तर नर्मदे तटीच्या रिवाजानुसार, 'नर्मदे हर!'

सुहास लिमये
(नर्मदा जयंती) माघ शुद्ध सप्तमी, शके १९३९

मनोगत

कथा, कादंबरी, नाटकात कधी असं एखादं पात्र भेटतं, जे आयुष्यभर आपल्या मनात 'घर' करून राहतं. गो. नी. दाण्डेकरांची 'कुणा एकाची भ्रमणगाथा' आत्मचरित्रात्मक कादंबरीमधील यशोदा अशीच मनात कायमची घर करून राहिली आहे. अतिशय विचारी, चिंतनशील, उत्साही नि प्रसन्न असं तिचं व्यक्तिमत्त्व.

नर्मदा परिक्रमेत लेखकाला यशोदा भेटते. त्या आठ-दहा दिवसात यशोदा लेखकाच्या आजारपणात त्यांची आपलेपणाने नि मायेने काळजी घेते. जशी आई घेते तशी. कादंबरीच्या शेवटी काळजावर दगड ठेवून मोठ्या खंबीरपणे लेखकाला परिक्रमेला जायला सांगते.

शेवटचा तो विरहाचा प्रसंग. डोळ्यात पाणी येते. उदास व्हायला होतं. यशोदाचे पुढे काय झाले? हा प्रश्न पुन्हा पुन्हा पडू लागतो. गोनीदांनी पुढे 'स्मरणगाथा' लिहिली. मोठ्या उत्साहाने ते पुस्तक घेतले नि झपाटल्याप्रमाणे वाचले. पण त्यात फक्त जाता जाता यशोदाची पुसटशी आठवण आहे. बाकी काही नाही.

माझ्याप्रमाणे गो. नी. दाण्डेकरांच्या असंख्य वाचकांना यशोदाने आपलेसे केले असेल. अस्वस्थ केले असेल. खुद्द गानसम्राज्ञी आशाताई भोसले यांनी सुद्धा एकदा उत्सुकतेने गो. नी. दाण्डेकरांना, "यशोदा खरी आहे का? मला तिला भेटायचे आहे," असे विचारले होते.

आज गोनीदा असते तर? मी विचारले असते त्यांना, "अप्पा, यशोदा तुम्हाला कुठं भेटली? तिचे गाव काय?" अजून असेच काहीबाही पण.... आता हे सगळे संपले आहे. आयुष्यात एकदा तरी यशोदाला भेटावे किमान तिचे ते गाव, ते घर पहावे असे मनोमन वाटते.

कधी कधी माझे मन यशोदाविषयी कल्पनेने चित्र रंगवते. यशोदाचे पुढे काय झाले? त्याचे काल्पनिक चित्र डोळ्यासमोर उभे राहते. सकाळ प्रकाशन आणि त्यांच्या संपूर्ण टीमचे मनापासून आभार.

– सुनील पांडे
'सिंधु प्रभा'
मु. पो. नीरा, ता. पुरंदर,
जि. पुणे. पिन.- ४१२१०२
मो.९८१७८२९८९८

प्रिय अप्पा,

आपल्या समर्थ लेखणीतून उतरलेली
आणि
सर्वांच्या पसंतीस उतरलेली
'कुणा एकाची भ्रमणगाथा'
माझी ती सर्वांत आवडती कादंबरी
कादंबरीतील 'यशोदा'
काय बोलू तिच्याबद्दल?
कित्येकदा तिने अस्वस्थ केले
डोळ्यांत पाणी आणले असेल
यशोदा पात्र मला अधिक भावले.
अनेकांप्रमाणे माझ्या मनातही तिने घर केले.
अनेकांप्रमाणे मलाही
यशोदाचे पुढे काय झाले? प्रश्न पडला.

अप्पा,
आपण या पुस्तकाच्या सुरुवातीला
लिहिले 'प्रथम पर्व'
द्वितीय पर्व का बरे नाही लिहीले?

'परतून तुला लहान करणार नाही!'
यशोदेला दिला शब्द आपण आयुष्यभर पाळला
आपल्या तत्त्वाला जागला...

अप्पा,
आपण म्हणालात -
'यशोदा! ते प्रकरण बंद करून टाकले'

कुलूप घालून किल्ली अथांग सागरात
फेकून दिली...
आपण टाकलेली ती किल्ली
योगायोगाने माझ्या हाती लागली...

अप्पा,
यशोदेचा विचार करता करता
जे मला जाणवले... भावले
त्यातूनच हे 'द्वितीय पर्व' लिहून झाले

अप्पा,
खरं तर कुणी याला
'चोंबडी उत्सुकता म्हणेल'
म्हणू दे...
काही फरक पडत नाही
खरे तर -
कुणीही कुणाच्या खाजगी आयुष्यात
कधीही डोकावू नये
पण...
आता ही यशोदा
सर्वांची झाली आहे
तिच्यावर वाचक म्हणून आमचाही हक्क आहे.

अप्पा,
आपण प्रतिभावंत लेखक
आपल्यापुढे आम्ही 'किस झाड की पत्ती?'
यशोदेसाठी कित्येकदा
या पुस्तकाची पारायणे केली...

तिच्याबद्दल लिहावेसे वाटले... लिहिले
मनापासून असे वाटते

कदाचित-यदाकदाचित
असेच काहीसे घडले असेल!

अप्पा,
काही कमी जास्त
झाले असेल तर माफ करा
कराल ना माफ?

— **सुनील पांडे**

यशोदा

"भैय्या, ऐकलंत का?"

यशोदाने आवाज दिला. भैय्या क्षणभर थांबले. पण मागे वळून न पहाता पुटपुटले, "नाही यशोदे! आता परतून मी तुला लहान करणार नाही!"

निघाले.

पुन्हा न परतीच्या वाटेवर.

यशोदाचे डोळे भरून आले. अश्रू न पुसता बराच वेळ ती भैय्या गेलेल्या वाटेकडे पहात राहिली.

क्षणभर तिला वाटलं,

हा घडा इथंच टाकावा नि पळत जाऊन भैय्यांना गाठावं. त्यांना परत घरी आणावं... पण, छे. यातलं काहीच घडलं नाही.

भैय्या दिसेनासे झाले.

ती घराकडे वळली. आज चालताना पावले जड झाली होती. उदास मनस्थितीत ती घरात आली. घडा ठेवला ओलेती साडी बदलली. घरात येण्यापूर्वी तिला क्षणभर वाटलं, भैय्या उंबऱ्यावर असतील आपल्याकडे पहात असतील पण...

रोजच्याप्रमाणे यशोदाने ताक करायला घेतलं, मांजर लाडाने तिच्या पायाशी घुटमळत होतं. पण तिचं त्याकडं लक्ष नव्हतं. ती हरवली होती आपल्या विचारात.

सुखलाल आला नि म्हणाला, "दिदी' भैय्या कुठं आहेत?"

यशोदा आपल्याच विचारात.

"दिदी", सुखलालने पुन्हा हाक दिली तशी यशोदा भानावर येत म्हणाली, "काय रे?"

"भैय्या कुठे आहेत?"

"असेल ना इथंच कुठंतरी."

"नाही दिदी, भैय्या आपल्या खोलीत नाही."

यशोदा त्यावर काही बोलली नाही. क्षण दोन क्षण सुखलाल तिथं थांबला नि दिदीकडे पहात तो निघून गेला.

यशोदा विचारात हरवली...

इथंच असतील कुठे तरी?

नेमकं कुठं? कसं सांगू या मुलांना? तुमच्या दिदीने तुमच्या भैय्यांना घराबाहेर काढलं आहे ते?

कुठं असतील ते? काय करत असतील ते?

भैय्या, जाताना तुम्ही म्हणाला होता, "जीवनांतले गेले दहा दिवस कधीच मावळू शकत नाहीत."

या आठ-दहा दिवसांतले प्रत्येक क्षण तुम्हाला आयुष्यभर आठवेल की... फक्त माझं तुम्हाला निष्ठुरपणे परिक्रमेला जायला सांगणंच आठवेल? ज्या यशोदेने तुम्हाला इथं राहण्याचा आग्रह करावा, त्याच यशोदेने निष्ठुरपणे तुम्हाला घालवलं. माझा स्नेह, आपलेपणा तुम्हाला इथून पुढे आठवेल की माझा हा निष्ठुरपणा?

यशोदाचे डोळे भैय्यांच्या आठवणीने पुन्हा पुन्हा भरून येत होते. ते न पुसता तसेच तिने वाहून दिले.

भैय्या घरात नाही, ही बातमी घरात सगळ्या मुलांना वाऱ्यासारखी कळाली. जो तो आपल्या परिने भैय्याचा शोध घेऊ लागला.

व्रज स्वयंपाक घरात आला. यशोदा स्वयंपाक करत होती.

"दिदी, भैय्यांना सगळीकडे शोधलं. अगदी नदीवरूनही जाऊन आलो पण ते कुठेही सापडले नाहीत. मला तर भीती वाटते की..."

व्रजचा चेहरा रडवेला पाहून यशोदा त्याला जवळ घेत धीर देत म्हणाली,

"शांत हो आधी, कसली भीती वाटते रे तुला?"

"दिदी, मला वाटतं."

"बोल ना"

"दिदी, भैय्या नदीच्या प्रवाहाबरोबर वहात तर गेले नसतील ना?" व्रज हुंदका देत म्हणाला. यशोदा हे ऐकून घाबरली, मग त्याला म्हणाली, "अरे असं वेड्यासारखं नको काही बोलूस. ते सुखरूप असतील अशी आपण प्रार्थना करूया." यशोदाने व्रजला धीर दिला.

"भैय्या असे न सांगता कुठे गेले?" व्रजने यशोदेला विचारलं.

"अरे वेड्या, भैय्या थोडंच इथं कायमचे रहाण्यासाठी आले होते? कधी ना कधी ते जाणारच होते."

"पण जाताना निरोपही न घेता गेले?"

"कदाचित निरोप घेणं त्यांना जड वाटलं असेल. पाय नसते निघाले इथून."

"आता भैय्या कधीच येणार नाही घरी?"

व्रजच्या या प्रश्नावर ती निरुत्तरित झाली. तिचे डोळे पाणावले.

दुपारी यशोदाने मुलांना बळेबळेच जेवायला घातले. कुणीच जेवायला तयार नव्हते. भैय्यांच्या बरोबर मुलांची भूकही जणू काही हरवली होती. मुलं कशीतरी जेवली.

यशोदाने मुलांची जेवणं झाल्यावर स्वतःसाठी ताट भरलं. पहिल्या घासालाच तिला भैय्यांची आठवण झाली. घास हातातून गळाला. भैय्या कुठं असतील आता? काय खाल्लं असेल त्यांनी? का दिवसभर उपाशीच राहिले असतील का ते?

किमान जेवू घातल्यानंतर त्यांना जायला सांगायला हवे होते. बरोबर काहीतरी खायला द्यायला हवे होते. मग रात्रीचं काय? उद्याचं काय? भैय्या तुम्ही फार स्वाभिमानी आहात. कोणी दिल्याशिवाय खाणार नाही. कुणाला स्वतःहून मागणार नाही. ते उपाशी राहतील, नाहीतर रेवामाईचं पाणी पिऊन भूक भागवतील.

भैय्या, मागे तुम्ही एकदा मला म्हणाला होता, "तू फारच काळजी वाहू लागली आहे बरं! पण मला जड जाईल हे पुढं! परिक्रमेच्या वाटेने कोण काळजी घेईल? तिथं मग सारखी तुझी आठवण होत राहील!"

भैय्या, खरंच कोण काळजी घेईल तुमची आता? आई नर्मदे मी तुझीच लेक ना? तुझी परिक्रमा करताहेत ते. तूच आपल्या या लेकराची काळजी घे.

न जेवता ती ताटावरून उठू लागली तसं भैय्यांचे कधी काळचे बोल आठवले.

"अन्नाचा काय अव्हेर करावा गं! प्राण तर अन्नमय आहेत. अन्नाला ऋषिंनी ब्रह्म म्हटलं आहे, त्याचा अपमान केला तर दोष लागतो, यशोदे! अन्न मिळत नाही, म्हणून किती जणांना यातना सोसाव्या लागतात! कितीकांना क्षुधेशी झुंजावं लागतं! एवढंसं पोट, पण किती त्याच्यासाठी खटपटी! अन् ज्याला त्या खटपटी करूनही अन्न मिळत नाही, त्याच्यासारखा दुर्दैवी कोणी नाही. अन्न न मिळाल्यामुळं इतर इंद्रियं क्षीण झालेली असतात. सगळ्या इंद्रियांच्या शक्ती एका जिभेच्याच आश्रयाला येतात. शरिराचा समतोल बिघडतो."

यशोदाने कसे तरी चार घास खाल्ले. भांडी घासल्यावर ती जिना चढून भैय्यांच्या खोलीत आली, पासोडी, घोंगडी नि गीताभाष्य सगळं जागेवरच होतं. जागेवर नव्हते ते भैय्या. घर कसं सुनं सुनं वाटत होतं. शरिरातलं चैतन्यच जणू काही गायब झालं होतं.

यशोदाने अति स्नेहाने गीताभाष्य घेतलं. भक्तिभावाने ते मस्तकी लावलं.

"भैय्या, जोपर्यंत या कुडीत प्राण आहे तोपर्यंत नित्यनियमाने रोज तुम्ही सांगितलेला श्लोक म्हणेन तुमच्यासाठी."

ती खाली आली.

सायंकाळी आरती झाली पण आज काही रोजच्यासारखा त्यात रंग नाही भरला. आज आरतीला भैय्या नव्हते. उद्याही नसतील. कधीच नसतील.

संध्याकाळी कंदील घेऊन ती जिना चढून वर खोलीत आली पासोडी, घोंगडी पाहून ती अस्वस्थ झाली.

भैय्या, काय पांघरत असाल तुम्ही? कुठे असाल या थंडीवाऱ्यात? नुकतेच कुठे आजारातून बरे झाला होता तुम्ही. इथं राहिला हवं म्हणून कित्येकदा आग्रहही केला होता किमान या चातुर्मासात तरी. बब्बांनाही आवडले असते तुम्ही इथं राहिलेले.

कित्येक परिक्रमावाशी येथे आले, राहिले, पण असा स्नेह कुणाशी जुळला नाही. कुणात इतके गुंतले नाही.

यशोदा- भैय्या बसायचे त्या नर्मदेच्या खिडकीजवळ बसली. नर्मदेकडे पहात राहिली.

भैय्या, तुम्हाला ही नर्मदा किती प्रिय होती? तासनतास आईकडे पहात रहायचे. एकदा तुम्ही सहज बोलून गेला...

"तू ही का येत नाहीस परिक्रमेला?"

मी ही एकदा म्हणाले होते, "पुरुष असते तर, तुमच्या बरोबर परिक्रमेसाठी आले असते."

भैय्या, मी पुरुष नाही स्त्री आहे म्हणून काय झाले? मला तुमची कधीच भीती वाटली नाही. वाटला तो आधार, आपलेपणा. या मुलांप्रमाणेच तुम्ही सुद्धा या आठ-दहा दिवसात घरातलेच एक झाला होता.

तुमच्याबरोबर मला परिक्रमा करायला आवडले असते. परिक्रमेस तुम्ही तुमचे अनुभव ऐकवले असते. मी ते जिवाचे कान करून ऐकले असते; पण मला ही परिक्रमा इच्छा असूनही शक्य नाही. स्त्री म्हणून नाही म्हणत मी. बब्बांची, या मुलांची जबाबदारी आहे ना माझ्यावर. त्यांच्याकडे कोण पाहणार? बब्बा तर आता खूप थकले आहेत. त्यांच्याकडे मग कोण पाहणार?

परवा-

नर्मदेवर तुम्ही अंघोळ करताना बुडता बुडता वाचला. मी किती घाबरले त्यावेळी? तुम्हाला अगतिकपणे म्हणाले,

"तुम्हीही का छळता असे मला? माझी स्थिती कळत नाही का तुम्हाला? कशीतरी मनाला गुंतवणूक ठेवायची धडपड करते पण तुम्हीही सुख लाभू देत नाही."

पुढं होऊन तुम्ही माझे डोळे पुसले माझ्या मस्तकावर हात ठेवून म्हणाला,

"काय बोलावं कळेना झालंय, फार मोठी आहेस तू यशोदे! मी एक सामान्य माणूस आहे पण तुला सुख लाभावं म्हणून काय वाटेल ते करीन मी!"

भैय्या, खरंच तुम्ही आपल्या शब्दाला जागला. तुम्हाला परिक्रमेला जायला सांगताच तुम्ही कारण न विचारता चालते झाला. भैय्या, तुम्ही माझ्यासाठी पूजास्थानी आहात. उद्या माझे श्वशुर तुम्हाला कमी जास्त बोलले तर? एकवेळ मी माझा झालेला अपमान मूकपणे सहन करेल. पण तुमचा? कधीच नाही. माझ्यात ते सामर्थ्य नाही त्यांच्याशी वाद घालण्याचे. भैय्या, खोटं असतं ते त्यासंबंधी वाद घातल्यानं खरं वाटू लागतं. उत्तर न देणं हा त्याच्यावरचा उपाय."

आपल्या नात्याला नेमकं काय नाव द्यावं? मला माहीत नाही. तुम्ही मला

रक्ताच्या नि नात्यागोत्यांच्या पलीकडे अधिक जवळचे होता, पण समाज मात्र स्वतःला दिसेल तसं नातं जोडणार. जिथं सीतामाईला अग्निपरीक्षा द्यावी लागली, तिथं माझं मूल्य काय? मी सगळं सहन करेल पण माझ्या पूजास्थानाला धक्का मी नाही लागू देणार.

मी एकदा तुम्हाला म्हणाले, बब्बा आता म्हातारे झाले आहेत. इथंच रहा. पाठशाळेचा भार घ्या. पण छे, नाही ऐकलं माझं. उलट गंमतीने म्हणाला, "आजारी पडल्यानंतर या पाळीला तू यशोदा लाभलीस. दुसऱ्या पाळीला कुणी दसवंती भेटेल." मी त्यावेळी मनोमन रुसले, पण आता नाही. तुमची मायेने काळजी घेणारं आपलं कोणी तुम्हाला भेटलं तर मला खरंच आनंद होईल. तिच्या स्नेहगंगेपुढे मी तुम्हाला नाही आठवले, तरी मला राग नाही येणार.

भैय्या, स्त्रियांचं दुःख कुणाला कळू शकत नाही, पण भैय्या, तुम्ही त्याला अपवाद होता. शरीर पुरुषाचं पण त्यातलं मन एखाद्या हळव्या स्त्रीचं होतं तुमचं. इतरांच्या दुःखाने व्याकुळ होणारं मन होतं.

एका उदात्त हेतूने फार लहानपणी तुम्ही घरं सोडलं. किती फिरला? कुठं कुठं राहिला? फार काळ कुठं स्थिर राहिला नाही. भिंगरीसारखे फिरत राहिला. कुठं तरी आता इथं छान रमला होता. पण मी तुम्हाला ते सुखही लाभू नाही दिलं.

आता भेट कधी? माहीत नाही. मला स्वर्गात जाण्याची इच्छा नाही. तिथं रेवामाई नाही. तिची परिक्रमा कोणी करत नाही. मग कोणी आजारी पडत नाही. पुनर्जन्म आहे की नाही? ते मला माहीत नाही. जर असेल तर या रेवामाईचा सहवास लाभावा. आल्या गेलेल्या परिक्रमावासींची सेवा करण्याचं भाग्य मिळावं. कदाचित त्या परिक्रमावासित तुमची भेट व्हावी.

माझी अगतिकता, असहाय्यता पाहून तुम्ही मला आपलेपणाने आधार देऊ केला पण तो घ्यायला मी कमनशिबी ठरले. माझा मानसन्मान कायम रहावा. आयुष्यभर मला ताठ मानेने जगता यावे म्हणून चालते झाला. 'परतून तुला लहान करणार नाही!' म्हणालात.

भरून पावले.

भैय्या, तुमच्यात एक लहान मूल दडलेलं आहे. नव्हे तुम्ही एक लहान मूलच आहात नर्मदा मैय्याचं. तसेच तुम्ही फार फार हट्टी आहात. फिरून परत माझ्या दारी नाही येणार. हो ना?

भैय्या,
तुम्हाला मी घरातून काढलं
जीवनातून दूर केलं…
पण मनातून?
ते कसं शक्य आहे?'

भैय्या

"भैय्या, ऐकलंत का?"

एकच क्षण पावलं अडखळली. दुसऱ्या क्षणी पुटपुटलो
'नाही यशोदे! आता परतून मी तुला लहान करणार नाही!'
निघालो.

क्षणभर वाटलं -

थांबावं. माघारी वळावं. यशोदा काय म्हणते ते ऐकून घ्यावं...

काय सांगायचं असेल यशोदेला? आता जे काही बोलली त्याबद्दल अनुताप प्रकट करायचा आहे का तिला? आपले शब्द माघारी घ्यायचे आहे का तिला?

खरंच काय सांगायचं असेल तिला? तिला मला परिक्रमेला जायला सांगण्यामागचं स्पष्टीकरण द्यायचं आहे का? त्यामागची अगतिकता सांगायची आहे का?

"नाही यशोदे, आता मी माघारी वळून तुला लहान करणार नाही. मला आता कुठल्याही स्पष्टीकरणाची आवश्यकता वाटत नाही. न सांगताही मी सर्व काही समजलो आहे."

यशोदे, तुझी अगतिकता मला समजते आहे. तू खूप काही माझ्यासाठी केलं आहेस. कोणी करणार नाही इतकं माझ्यासाठी केलं आहेस.

मी कोण? कुठला? ना नात्याचा- ना गोत्याचा. ना रक्ताचा. पूर्वजन्मी कोणतं संचित होतं ज्यामुळे तुझा स्नेहलाभ झाला आहे. हा स्नेहलाभ - स्नेह सहवास कधी

विसरणे अशक्य आहे यशोदे. तू फार फार मोठी आहेस यशोदे.

माझ्यासारख्या भटक्याला तुझ्या दारी तू स्थान दिलंस... माझी इतकी सेवा केली. इतका स्नेह लावलास तो कदापि विसरणं अशक्य आहे.

तुझी मनस्थिती मला कळते आहे यशोदे. हा निर्णय घेताना तुलाही कमी त्रास झाला नसेल. काळजावर दगड ठेवूनच तू हा निर्णय घेतला असणार.

यशोदे, तू थोडेही वाईट वाटून घेऊ नकोस. घेतलेल्या निर्णयाबद्दल पश्चात्ताप करू नकोस. आयुष्यभर तू ताठपणे उभी रहावीस. कुणापुढे तुला खाली पहावे लागू नये हेच मला मनापासून वाटत आहे.

तुझ्या निर्णयाचं मी मनापासून स्वागत करतो आहे. मला थोडेही वाईट वाटले नाही यशोदे. आपल्या दोघांचे मार्ग वेगळे आहेत. या परिक्रमेच्या निमित्ताने आणि आजारपणामुळे तुझा सहवास लाभला. ही झालेली स्नेहभेट कायम माझ्या स्मरणात राहील.

तू कायम आनंदात रहावीस यासाठी त्या भगवंताला माझी मनापासून प्रार्थना आहे.

विचारांच्या वावटळीत मी आता घरापासून कितीतरी दूर आलो होतो. तरी का कुणास ठाऊक अजून मला वाटते आहे, यशोदेची नजर... तिचे डोळे माझा पाठलाग करत आहेत. मागे न पाहता मी झपाझप चालत होतो.

घराघरासमोर झाडलोट, चुलीवर पाणी तापवणं, काहींचे मिसरी घासणं चालू होतं. आता चांगलंच फटफटलं होतं. आता यशोदेप्रमाणे या गावालाही निरोप द्यायची वेळ आली होती. थांबलो. एकदा शेवटचं मागं वळून पाहिलं. यशोदेच्या घरातील मंदिराचा कळस दृष्टीस पडला. लांबूनच कळसाला हात जोडले.

'आम्ही जातो आमुच्या गावा।
आमचा रामराम घ्यावा॥'

गेल्या दहा दिवसात यशोदेच्या घरातलाच एक झालो होतो. दूरचा पाहुणा गावातील एक झालो. आता माहीत नाही पुन्हा कधी या गावी - यशोदेला भेटणे होईल की नाही?

यदाकदाचित भेट झाली तर पुढील जन्मीच होईल. तुझ्या आयुष्यात मी पुन्हा कधी डोकवणार नाही यशोदे. फिरून तुला कधी लहान करणार नाही.

यशोदे, तुझ्याप्रमाणे घरातील सुखलाल, व्रज, गंगाधर सगळ्या मुलांनी फार जीव लावला. भैय्या... भैय्या म्हणत सगळे नेहमी माझ्या पुढे मागे करायचे. माझ्या भ्रमंतीच्या कथा कान देऊन ऐकायचे. यशोदे, तुझ्याप्रमाणेच सगळ्या मुलांनी माझी खूप सेवा केली.

आई नर्मदे, तुलाच आता सगळ्यांची काळजी. डोळ्यातील पाणी न पुसता गावातून बाहेर पडलो.

आज सकाळपासून नुसताच चालतो आहे. त्यात सकाळपासून पोटात काही गेलेले नाही. आज जेवणाची थोडीही वासना नाही. काल एकादशी होती पण आजही उपवास चालू आहे. वाटेत एक दोन ठिकाणी रेवामाईचं काय पाणी प्यायलो असेल बस्!

दुपारचं ऊन डोक्यावर आलं. शेवटी रेवामाईच्या तिरावरील एका झाडाखाली आलो. झाडही मोहाचं. विरळ फांद्यांचं. त्याच्या सावलीत बसलो आहे. समोर नर्मदेचं अथांग पाणी पसरलं आहे.

हिशोब करतोय जीवनातील भटकंतीचा.

मी-

कुणी एक-

पायाला चक्रं आहेत की काय कुणास ठाऊक? गेली दहा - बारा वर्षे नुसता फिरतो आहे. नाशिक, पुणे, सोलापूर, मुंबई, आळंदी, देहू, मग वर्धा. आता ही नर्मदा परिक्रमेची वाट.

"अजुनि चालतोचि वाट
भ्रमंती अजुनि संपेना."

चित्तशुद्धीकरिता निघालेला हा एक परिक्रमावासी. जे चित्त कुणीही पाहिलं नाही. त्याची शुद्धी करण्यासाठी निघालेला मी एक परिक्रमावासी. ज्याचं स्वरूप सृष्टीच्या प्रारंभापासून आजपर्यंत अज्ञात आहे, त्याला घासण्या- पुसण्यासाठी. किती ही धडपड?

स्वतःचं चित्त शुद्धीकरणाच्या प्रयत्नात यशोदेच्या जीवनात अशांतता, वादळ मात्र निर्माण करून आलो.

खरंच यशोदे, मी अगदी खुरटा माणूस आहे, यशोदे, अगदी ठेंगणा. ईर्षा, काम,

क्रोध, द्वेष... एवढी धडपड करूनही यातलं काहीच उणावलं नाही. उणावण्याचं लक्षणही दिसत नाही. कधी कधी वाटे, तुझ्या दारी उभं रहायची सुद्धा माझी योग्यता नाही.

पण पूर्वजन्मी कोणतं पुण्य घडलं होतं कोण जाणे, त्यामुळे तुझ्या अंगणी स्थान लाभलं आहे. मुलांवर जसा तू स्नेह करतेस तसा- हो, तसा माझ्यावरही केला आहेस.

खरंच यशोदे, माझी पात्रता नसतानाही मला आपलेपणाचा हा झरा सापडला आहे.

यशोदे, अजून मला तुझी झालेली ती पहिली भेट आठवतेय...

तुझे ते आपुलकीने ओथंबलेले ते शब्द अजून मी माझ्या काळजावर कोरून ठेवले आहे.

तू म्हणालीस- "हो, तुम्ही आमचे अतिथी. अतिथी या नात्यानं यजमानाचं भाग्य आम्हाला लाभलं. शरिरावर उदार झालेला अतिथी आजारी असता सहज उठून निघू शकतो. पण यजमान त्याला कसा जाऊ देईल? बब्बांच्या वाटचं मी सांगत्ये. तुम्हाला जाता येणार नाही. अतिथी आपल्या पावलांनी येतो, अन् यजमानाच्या पावलांनी जातो. तुम्ही बरे झाल्याशिवाय जाऊ शकत नाही."

स्नेहाच्या या कमळवेलीत मी गुंतून राहिलो. न सांगता हा स्नेहलाभ झाला. तो का दूर करावा? यशोदे, माझी तुला किती काळजी? नुसती पायपीट करण्यापेक्षा मी घरी रहावे. पाठशाळेचा भार घ्यावा. मुलांना शिकवावं. किमान चातुर्मास तरी इथे करावा हा तुझा किती हट्ट!

पण, मी मात्र लहान मुलासारखा किती हट्टी! जाण्यासाठी...

गमतीने तुला एकदा म्हणालो, "आजारी पडल्यावर या पाळीला तू यशोदा लाभलीस. दुसऱ्या पाळीला कुणी दसवंती भेटेल. खडा लागलेल्या पाखराच्या दिठीनं त्यावेळी तू माझ्याकडे पाहिलेस."

खरं सांगू यशोदे?

आयुष्यात कोणीच कुणाची जागा घेऊ शकत नाही. प्रत्येकाची जागा ठरलेली. आईची जागा वडील घेऊ शकत नाहीत आणि वडिलांची जागा आई घेऊ शकत नाही. माझ्या मनाचा एक कोपरा तुझ्यासाठी मी नेहमीच राखून ठेवला आहे यशोदे.

कुणा दसवंतीला-बसवंतीला तुझी जागा कधीच घेता येणार नाही यशोदे.

तुझा हा स्नेहाचा वर्षाव होत असताना हा स्नेहतंतू मला नाही तोडता आला. जायला हवं हे कळत असूनही ठाण मांडून बसून राहिलो.

काल नर्मदेवर आंघोळ करताना मी बुडता बुडता वाचलो. त्यावेळी तू किती घाबरलीस! डोळ्यांत पाणी आणून मला म्हणालीस, "तुम्हाला माझी स्थिती कळत नाही का? कशी तरी मनाला गुंतवून ठेवायची धडपड करत्ये - पण तुम्हीही सुख लाभू देत नाही- तुम्हीही."

तुझी ही अवस्था पाहून मी अस्वस्थ झालो. तुझ्या मस्तकावर हात ठेवून म्हणालो, "काय बोलावं कळेना झालंय. फार मोठी आहेस तू यशोदे! मी एक सामान्य माणूस आहे पण तुला सुख लाभावं म्हणून मी, काय वाटेल ते करीन मी!'

तुझ्या सुखासाठी मी काय करू शकलो? पण तू मात्र नेहमीच माझी काळजी वाहत राहिलीस.

तुला एकदा मी म्हणालो, "तू फारच काळजी वाहू लागली आहेस बरं! पण मला जड जाईल हे पुढं! परिक्रमेच्या वाटेनं कोण काळजी घेईल? तिथं मग सारखी तुझी आठवण होत राहील."

यशोदे, कोण काळजी वाहील माझी आता? तू सुद्धा माझ्याबरोबर परिक्रमेला आली असतीस तर किती बरे झाले असते. परिक्रमेत मी तुला माझ्या भ्रमंतीच्या कथा ऐकवल्या असत्या. आता मी आजारी असताना जशी तू माझी काळजी घेतलीस तशी तू कधी चुकून आजारी पडली असतीस तर मी तुझी सेवा केली असती.

यशोदे, तू मला सर्व स्नेहवस्तूंच्या पलीकडे होतीस. भाऊ- बहीण म्हणाली असतीस, तरी ते नातं मी नाकारले नसते. तू मला बहिणीच्याही पलीकडे आहेस.

यशोदे, तुम्हां स्त्रियांचं मन जाणणं मोठं मुश्कील आहे. इतक्या लहान वयात तुला वैधव्य आलं तू पाठशाळेचा भार घेतलास. मुलांना शिकवण्यात स्वतःला गुंतवून घेतलंस. कधी मनातले दुःखं बोलून दाखवले नाहीस नि मीही कधी तुला ते विचारले नाही.

गेली बारा वर्षे भटकतो आहे. अनेक स्त्रिया पाहिल्या, पण बाहेरून दिसतं ते स्त्रीचं खरं स्वरूप नव्हेच मुळी.

यशोदे, तुझ्या माझ्यात एक लक्ष्मणरेषा आहे. मी ती ओलांडू शकलो नाही.

तुझी व्यथा समजू शकलो नाही. काही तुझ्यासाठी करू शकलो नाही.

यशोदे, माझ्यामुळे तुझे सासरे तुला एवढे बोलले. तू सारे निमूटपणे ऐकून घेतलेस. उलट एक शब्द बोलली नाहीस.

मला म्हणालीस, "खोटं असतं ते त्यासंबंधी वाद घातल्यानं खरं वाटू लागतं. उत्तर न देणं हा त्याच्यावरचा उपाय."

कुठून मिळवलास इतका समजूतदारपणा यशोदे? माझ्यानंतर काय महाभारत घडले असेल? देव जाणे!

यशोदे, माझ्याबद्दल तुला किती आदर! आपल्या पूजास्थानाला धक्का लागू नये म्हणून मला तू परिक्रमेला जायला सांगितलंस.

तू फार स्वाभिमानी आहेस यशोदे. आयुष्यभर तुला ताठ मानेने जगता यावे म्हणून हा भैय्या निघाला आहे. परत कधीही न परतण्यासाठी.

तुझी अगतिकता पाहून तुला मी आधार देऊ केला, पण तू तो नाकारलास. मला त्याबद्दल कोणती खंत नाही. माझा आशीर्वाद तर नेहमी तुझ्या पाठिशी आहे यशोदे. नेहमी सुखात रहा यशोदे.

समोर नर्मदेचे विस्तीर्ण पात्र आहे. पात्रात काही मुले आंघोळ करत होती. आईकडे पाहून बरे वाटले.

आई, गुरूंच्या आज्ञेने परिक्रमेला निघालो. आजारी पडलो. यशोदेने या आठ दहा दिवसांत फार फार काळजी घेतली माझी. परकी माणसं आपली झाली. जिव्हाळ्याची बनली. आता तिच्यापासून दूर जाणे किती अवघड वाटते आहे?

यशोदा जर भेटली नसती, तर किती बरे झाले असते! हा विरह, ही गुंतागुंत तरी नसती झाली. ना एवढे दु:ख वाटले असते!

पण, विधिलिखित कुणाला चुकवता येते? घडणारे घडते. आपण केवळ त्याच्या हातातले बाहुले.

यशोदे, माझ्याकरता तू फार फार केलं आहेस. विचार करायला गेलं तर अंत काही सापडत नाही.

मी पाठशाळेचा भार घ्यावा. घरी रहावे. म्हणून तुझा किती आग्रह?

मी या तुझ्या प्रश्नाला कधीही प्रगट अनुमति दर्शवली नाही. जेव्हा जेव्हा प्रसंग निर्माण झाला तेव्हा तेव्हा टाळीत आलो आहे. कधी थट्टा करून. कधी गंभीरपणानं.

मग कधी विचार करायचो...

परिक्रमेचं कसं होईल?

कसं काय, न झाली तर न झाली. जीवनाचा प्रवाह वाहतो आहे. कसा तरी कुठं तरी. त्याचं प्रयोजन स्पष्ट दिसत नाही. इथं, तुझ्याकडे राहिलो असतो, तर जीवन कारणी तरी लागलं असतं.

पण...

आता विचार करून उपयोग नाही. आता सारं संपलं आहे.

किती वेळ हा विचारांचा खेळ चालू होता कुणास ठाऊक. संध्याकाळ झाली. नर्मदेत आंघोळ करणारी मुलं केव्हाच घरी निघून गेली होती. समोर गवतात चरणारी गुरं उठली. पाठी ताणून त्यांनी आळस दिला. ती आता घराकडे वळली.

पश्चिमेकडे झुकलेला सूर्यसुद्धा आता आपल्या घराकडे निघाला होता. मी उठलो. मग वाटलं, आपल्याला घरंच नाही. समोर नर्मदेचे अथांग पाणी पसरले आहे.

'आता हे विश्वचि माझे घर...' मला थांबून चालणार नाही.

आज शरीरात चालण्यापुरतेही त्राण उरले नव्हते. दूर कुठे घंटेचा आवाज कानावर पडला. चालत गावात आलो.

गांव कसलं? छोटीशी वाडी. कौलारू घरं. काही पोरं दारात खेळत बसलेली. काही दारात बांधलेल्या गायांना वैरण घालत होती. त्यांच्या दारासमोरून जाताना काही माझ्याकडे टकामका पहात होती. भाव असा, 'कोण हा पाहुणा? कुणाकडे आला असावा?'

समोर नर्मदेच्या काठावर एक मंदिर दिसलं. पाय तिकडे वळले. माझ्या सारख्या परिक्रमावासीला मंदिर हेच उतरण्याचे स्थान. कुणा अपरिचिताच्या दारात बसण्यापेक्षा माणसाने देवाच्या दारात बसणं कितीतरी चांगले.

देऊळ बाकी छान होतं. साधंच पण नीटनेटकं होतं. नर्मदा मैय्याचं मंदिर. नर्मदेची सुंदर सजीव मूर्ती. आईला पाहून बरे वाटले.

नर्मदेची आरती सुरू झाली. एक पुजारी, अवतीभवती चारेक माणसं. आरतीत कुठेही शिस्त नाही. करायची म्हणून करायची ही परिस्थिती. सूर नाही, ताल नाही, नेटकेपणा नाही. नुसता उरकण्याचा कल. मीही आरतीत माझा सूर मिसळवला.

क्षणभर मला यशोदेची आठवण झाली. यशोदा आरती किती छान करायची. त्यात काही लय असे. सूर असे. सगळं कसं शिस्तबद्ध. कसली घाई गडबड हा प्रकार नाही.

रोजच्याप्रमाणे आता तिकडे- यशोदेकडे आरती चालू असेल. गेल्या दहा दिवसात माझी आरती चुकली नाही. मीही कधी चुकवली नाही. आता? माझ्याप्रमाणे यशोदेला माझी उणीव- कमतरता जाणवत असेल का?

आरतीनंतर पुजारी बाबांनी सगळ्यांना प्रसाद म्हणून साखर फुटाणे वाटले. प्रसाद घेऊन बाकी मंडळी निघून गेली. उरलो मी आणि पुजारी.

माझ्याकडे पाहत पुजारी म्हणाले, "परिक्रमावासी आहात?"

"हो"

"कुठून येत आहात?"

ज्या गावावरून निघालो, त्या गावाचं नाव सांगितले.

थोड्याशा अविश्वासाने पाहत ते म्हणाले, 'अरे, ते गाव तर इथून नऊ-दहा मैल दूर आहे. तिथून निघाला मग मध्ये कुठे नाही थांबला?'

"नाही," मी.

"कमाल आहे तुमची. चालणं का सोंग म्हणायचं हे? माणसाने शरिराकडे दुर्लक्ष करून चालणे बरं नाही."

"माई सोबत असताना श्रम जाणवत नाही."

"पण मुलांना श्रम झाले तर माईला काही आवडणार नाही. बरोबर कोण कोण आहात आपल्या बरोबर?"

समोर वाहणाऱ्या नर्मदेकडे पहात म्हणालो,

"आई बरोबर असताना अजून कोण कशाला बरोबर लागतं."

"पण परिक्रमेत कोणी बरोबर असलं तर तेवढीच त्याची सोबत."

"हो ते आहे. पण परिक्रमेत सोबत थोडीच टिकते? एक निरंजन. दो सुखी. तिनमें खटपट. चार दुखी. बहती नदी और साधू अकेलाच भला. मी तसा काही साधू नाही पण एक चांगला माणूस होण्याचा काय तो प्रयत्न करतो आहे."

"वा. चांगली गोष्ट आहे. आज काल परिक्रमा करणाऱ्यांची संख्याही दिवसेंदिवस वाढत आहे. खरा परिक्रमावासी ओळखणे तसे अवघड."

"परिक्रमेच्या नावाखाली हे लोक दिशाभूल करतात. सदावर्तात मिळणारी

भांडी, कपडे, आटा विकून पैसे मिळवतात. गांजा ओढतात. वा रे परिक्रमावासी।"

मी त्यावर शांतपणे म्हणालो. "शेवटी परिक्रमा म्हटली की सगळेच हौसे, नवसे, गवशे आलेच. कोणत्या तरी निमित्ताने का होईना ही माणसं परिक्रमा करत आहेत हेही काही कमी नाही. शेवटी नर्मदा आई आहे. लेकरांना उपाशी ठेवत नाही. ज्या दिवशी काही खायला मिळत नाही त्या दिवशी खरा उपवास. भाव महत्त्वाचाच. देव भावाचा भुकेला. एक सांगू?"

मी पुढे म्हणालो, "ज्यांचे हात पोटावर आहेत. ज्यांना कुठल्याही आर्थिक-प्रापंचिक विवंचना नाहीत अशा कितीजणांना परिक्रमा करावीशी वाटते? याउलट भुकेले- अर्धपोटी लोक माईचे नाव घेऊन परिक्रमा तरी करीत आहेत. माई तर अंतर्ज्ञानी. तिला का हे माहीत नाही? तरी ती सगळे जाणते. माफ करा महाराज. कटू असले तरी हे खरे आहे."

माझे बोलणे ऐकून महाराजांचे डोळे लकाकले. कौतुकाने मला पहात म्हणाले,

"वा. काय सुंदर तत्त्वज्ञान ऐकवले आपण. डोळे उघडले आज माझे. बाकी आज जेवणाचं काय? महाराजांनी मला प्रश्न केला."

"सगळा भार नर्मदा माईवर सोपवला आहे. अयाचित वृत्तीनं फिरतो. कुणी आपणहून विचारलं तर जेवतो."

"अन् न विचारलं तर?'

"रेवामैय्याचं थंड आणि 'खालिस' जल पितो."

ऐकून महाराजांचे डोळे लकाकले. मला म्हणाले,

"इथे जवळच माझे घर आहे. आज घरी गंगापूजनाचा कार्यक्रम होता. आपण माझ्याबरोबर माझ्या घरी चला."

"माफ करा महाराज. आज जेवणाची थोडीही इच्छा नाही. आज सकाळपासून चालणंही खूप झालं आहे. आता अधिक पायाला अधिक त्रास देणं अशक्य आहे."

"थांबा. आलोच." असं म्हणत महाराज भर्रकन निघून गेले.

मी नर्मदा माईला हात जोडले. मंदिराच्या भिंतीला गुडघ्यावर हातांची कव घालीत बसलो. आजूबाजूला कोणी चिटपाखरू नाही. एकांत आहे. एकांत... सेवनाच्या आनंदापेक्षा आजचा हा एकांत अधिक खायला उठला आहे.

पण मी काय करू? कोण आहे माझे ऐकायला? कोण आहे माझ्याशी

बोलायला? आता आई नर्मदेशिवाय कोणी नाही आपले म्हणणारे. कोणी नाही. ती आणि मी. बाकी आता कोणी नाही.

आई नर्मदे, भले सारे जग माझ्यावर रूसू दे. पण तू माझ्यावर रूसू नकोस. साऱ्या जगानं मला दूर करू दे. पण या तुझ्या लेकराला तुझ्यापासून कधी दूर करू नकोस. कारण तुझ्याशिवाय मला कोणी नाही.

कुणाचा तरी आवाज झाला. वळून अंधारात पाहिले. महाराज माझ्यासाठी जेवणाचे ताट घेऊन आले होते. मला मात्र शरमल्यासारखे झाले.

अनुताप प्रकट करत म्हणालो, "महाराज, काय हे? माझ्यासाठी का उगीच त्रास घेतला तुम्ही?"

"अहो, त्यात त्रास कसला? आमचं भाग्य आहे. तुमच्यासारख्या परिक्रमावासींची सेवा हातून घडते आहे."

"तरीपण..."

माझे बोलणे तोडत महाराज म्हणाले, "अहो, गेल्या कित्येक दिवसांत इकडे परिक्रमावासींचे दर्शनही घडले नाही आम्हांला. तुमचे दर्शन घडले. भाग्य आमचे. आता जेवण घ्या."

महाराज ताट ठेवून निघून गेले. मनात विचार आला, आज यशोदा जेवली असेल का? काही खाल्लं असेल का?

समोर ताट आहे. पण मला जेवणाची थोडीही इच्छा नाही. तेवढ्यात मागची एक गोष्ट मला आठवली... मन भूतकाळात गेले. एकदा उपाशीपोटी असलेल्या यशोदेला मी म्हणालो होतो, "शरीराविषयी असं उदासीन होऊ नये, यशोदे! ते देवानं दिलेलं दान आहे. काय वाटेल ते झालं तरी त्याचा अव्हेर करू नये."

अन्न मिळत नाही, म्हणून किती जणांना यातना सोसाव्या लागतात! कित्येकांना क्षुधेशी झुंजावं लागतं! एवढंसं पोट, पण किती त्याच्यासाठी खटपटी! ज्याला त्या खटपटी करूनही अन्न मिळत नाही. त्याच्यासारखा दुर्देवी कोणी नाही.

यशोदे, दुसऱ्याला उपदेश देणं किती सोपं, पण ते स्वत: आचरणात आणणं किती अवघड? जसं दुसऱ्याला सांगे ब्रह्मज्ञान. स्वत: मात्र कोरडे पाषाण. दुसरे काय?

भूक लागली की पोट अन्न मागतं. तहान लागली की शरीर पाणी मागतं. मन म्हणतं, जेवायचं नाही. आज उपवास. पण शरीर मात्र अन्न मागत असतं. मनाचा

नि शरिराचा हा खेळ, हे द्वंद अखंड चालूच असतं. शरिराकडे असे दुर्लक्ष करून चालणार नाही.

जेवलो.

जागा बदलल्याने रात्री फारशी झोप लागली नाही. पहाटे तर चांगलीच थंडी पडली होती. दातावर दात वाजत होते. गारठा चांगलाच झोंबत होता. अंथरायला-पांघरायला होतं तरी काय?

वाटलं, यशोदा असती तर? लगेच.

"भैय्या, थंडी वाजत नाही का?" असं म्हणत पटकन अंगावर पासोडी टाकली असती.

सकाळी कधी अंगणात मोकळ्या हवेत बसलो तरी "भैय्या, थंडी बाधेल ना?" म्हणत अंगावर शाल टाकणाऱ्या यशोदेचे हात आठवले. डोळे पाणावले.

यशोदे, माझी आठवण म्हणून 'गीताभाष्य' ठेवलं आहे. नित्यनेमाने मी सांगितलेला श्लोक तू म्हणणार यात मला यत्किंचितही संदेह नाही.

तुझ्या आठवणी मी बरोबर घेऊन चाललो आहे.

यशोदे, तुझ्या आठवणीने माझं मन अगदी हळवं झालं आहे. काय करू मी? स्वभावाला औषध नाही. शरीर पुरुषाचं, पण मन मात्र स्त्रीसारखं हळवं दिलं आहे त्या परमेश्वराने.

यशोदे, तू मला परिक्रमेला जायला सांगितलंस. तुझ्यापासून दूर केलंस, हे नाही लक्षात राहणार कधी. लक्षात राहील, ते गेल्या दहा दिवसांत तू केलेली माझी सेवा. रात्री बारा वाजता संथ पावलांनी येऊन आपल्या स्वाधीन असलेल्या रुग्णाची प्रकृति पाहून जाणं!

मी रागावलो नाही यशोदे तुझ्यावर. तू वाईट वाटून घेऊ नकोस थोडेही. तुझ्याजागी कोणी असते तर हेच केले असते.

माझ्यामागे उद्या तुला काय काय सहन करावे लागेल त्याची कल्पना करवत नाही. उद्या तुझे सासरे घरी पुन्हा आल्यावर त्यांचे तुला काय काय ऐकावे लागेल?

कुणास ठाऊक. तेही तू सगळे सोशिकपणे-निमूटपणे ऐकून घेशील. यशोदे, जे झालं ते झालं. एकमेकांपासून दूर जाणेच हेच आता दोघांसाठी योग्य आहे.

आता भेट कधी माहीत नाही. जर यदाकदाचित पुनर्जन्म असेल तर आयुष्यात

पुन्हा एकदा ही नर्मदा परिक्रमा घडावी. त्या नर्मदा परिक्रमेत तुझी पुन्हा भेट घडावी.

यशोदे, तुझ्या घरातून बाहेर पडलो.

आयुष्यातून तुझ्या मी दूर झालो.

पण...

मनातून तुला मी कसे दूर करू शकतो?

यशोदा

मावळणारा दिवस पुन्हा उगवतो. सुखामागून दु:ख. काळ कुणासाठी थांबत नाही. कालचं दु:ख आज शीतल वाटतं.

भैय्यांना घरातून जाऊन चार दिवस झाले. काय बदललं होतं या चार दिवसांत? तारीख आणि वार बदलले फक्त. भैय्यांना अद्याप कुणीच विसरलं नव्हतं. ना कधी त्यांना विसरणं शक्य होतं.

तसं या घरात कितीतरी परिक्रमावासी आले, राहिले. पण इतका स्नेह कधी कुणाशी जुळला नाही. या दहा दिवसांत भैय्या घरातलेच एक झाले होते. यशोदेप्रमाणे मुलांनाही भैय्यांची चांगलीच सवय झाली होती.

बनचारीच्या बागेत केलेली सफर. चामुंडेसरला दर्शनासाठी भैय्यांबरोबर घालवलेले ते दिवस अजूनही सर्वांना आठवत होते. अधूनमधून मुले यशोदेजवळ भैय्यांचा विषय काढत. मुलांच्या कोणत्याच प्रश्नांची उत्तरे यशोदेजवळ नव्हती.

"भैय्या कधी येणार? भैय्या कुठे राहतात?" वगैरे यशोदा फक्त ऐकण्याचं काम करायची. त्यावर काही न बोलता गप्प रहायची.

यशोदा तरी त्यावर काय उत्तर देणार? ज्या प्रश्नांना उत्तरेच नसतात ती प्रश्ने सोडून देणे योग्य आहे. दुसरे काय?

दिदीत झालेला नवा बदल मुलांना कुठं तरी जाणवत होता. एके काळी सदैव हसतमुख, खेळकर, बडबड करणाऱ्या आपल्या दिदीच्या चेहऱ्यावरील चिंता, नैराश्य त्यांना जाणवत होते. नजर कुठेतरी हरवल्यासारखी दिसत होती. मुले लहान

होती पण त्यांना समज चांगली होती.

दुपारी जेवणात खिरीचा बेत होता. जेवताना सुखलाल म्हणाला, "आज अगदी भैय्यांच्या आवडीची खीर केली आहे. भैय्यांना खीर किती आवडायची!"

यशोदा त्यावर काही बोलली नाही. पण तिच्या डोळ्यात पाणी आले. ते पाहून सुखलाल कावराबावरा झाला. आपण चुकीचे काही बोललो तर नाही ना? त्याला प्रश्न पडला.

भैय्या घरातून गेल्यापासून गेल्या चार दिवसांत घरात काहीच गोडधोड झाले नाही. यशोदाने आज मुलांसाठी खिरीचा बेत केला होता. जेवताना यशोदाने खिरीचे दोन चमचे घेतले असतील. भैय्यांच्या आठवणीने खीर काही यशोदेच्या घशाखाली गेली नाही.

सायंकाळी आरती झाली.

जिना चढून यशोदा माडीवर आली. कंदील कोपऱ्यात ठेवला. मागोमाग सुखलाल वर आला. यशोदाने गीताभाष्य हाताशी घेतले. त्यातील भैय्यांनी सांगितलेला श्लोक मनोमन म्हटला. गीताभाष्य परत जागेवर ठेवून दिले.

नर्मदामाईच्या खिडकीतून नर्मदेकडे पाहत राहिली. सुखलालने यशोदाला हाक मारून तिची तंद्री मोडली.

"दिदी."

"काय रे?" सुखलालकडे पाहत यशोदाने विचारले.

"एक विचारू का दिदी?'

"विचार की."

"रागावणार तर नाहीस ना?"

"नाही रे. मी कशाला रागावू तुला?"

"दिदी, भैय्या कुठे असतील आता?"

सुखलालच्या या प्रश्नाला यशोदेला काय उत्तर द्यावे कळेना.

नर्मदेकडे पाहत ती म्हणाली, "कुणास ठाऊक!"

"दिदी, मला भैय्यांची फार आठवण येते."

"मलापण..." यशोदेच्या तोंडातून नकळत शब्द बाहेर पडले.

"दिदी, भैय्या किती छान शिकवायचे."

"म्हणजे मी काय वाईट शिकवते का रे?" यशोदा हसत म्हणाली.

आपण काही चुकीचे बोललो की काय? हे सुखलालला समजेना. तोंडाने जीभ चावत तो म्हणाला, "तसं नाही ग दिदी, तुही खूप छान शिकवतेस. तुम्ही दोघंही छान शिकवता."

यशोदाने कौतुकाने सुखलालच्या तोंडावरून हात फिरवला.

"दिदी, भैय्या आता परत कधीच येणार नाहीत का घरी?"

सुखलालच्या या प्रश्नावर यशोदाच्या डोळ्यात पाणी आले. पदराने डोळे पुसत ती सुखलालला म्हणाली, "एकदा इथं येऊन गेलेला परिक्रमावासी परत कशाला येईल? परिक्रमा संपली. विषय संपला. आजपर्यंत किती परिक्रमावासी परिक्रमेच्या निमित्ताने इथे आले, राहिले नि एक दिवस पाखरासारखे निघून गेले. परिक्रमावासींची सेवा करायला मिळते हेच आपले भाग्य."

"दिदी, एक सांगू?"

"सांग ना."

"भैय्यांनी इथेच रहायला हवे होते. तेवढीच तुला मदत झाली असती?"

"मदत? ती कसली?" यशोदाने उत्सुकतेने विचारले.

"तू किती काम करतेस. घरासाठी, आमच्यासाठी एवढी राबतेस. कष्ट करतेस. स्वयंपाक करणं, भांडी घासणं, आम्हाला शिकवणं, आम्ही आजारी पडल्यावर आमची सेवा करणं. एवढी कामं करून तू दमत नाहीस का दिदी?"

सुखलालकडे कौतुकाने पाहत यशोदा म्हणाली, "अरे, त्यात कसला त्रास? तुम्ही का थोडेच परके आहात? तुम्ही तर या घरातील मुलेच आहात. या घराला तुमच्यामुळेच शोभा आहे. एक वचन देशील मला?"

"हो. बोल ना."

"खूप मोठे व्हा तुम्ही. या घरातून- पाठशाळेतून बाहेर पडल्यावर येत जा भेटायला अधूनमधून या तुमच्या दिदीला, या घराला कधी विसरू नका."

"दिदी, हे काय सांगायला हवं? खरं सांगू दिदी, तू आमची इतकी काळजी घेतेस. आमच्या आवडी निवडी जपतेस की आम्हांला आता घरची सुद्धा आठवण होत नाही. म्हणतात ना... माय मरो नि मावशी जगो. मी तर म्हणतो माय मरो नि दिदी जगो."

सुखलालच्या या बोलण्यावर यशोदा तोंडात पदर घेऊन खळखळून हसली.

खरंच आपली दिदी हसताना किती छान दिसते! कितीतरी दिवसांनी तो

आपल्या दीदीला हसताना पाहत होता.

"दिदी, तू ना, हसताना खूप छान दिसतेस. दिदी, तू नेहमी अशीच हसत रहा. दिदी, एक विचारू?"

"काय रे?"

"तुझ्याकडे भैय्यांचा पत्ता आहे का? त्यांचे गाव काय? ते राहतात कुठे?"

"कशाला रे हवाय पत्ता तुला भैय्यांचा?"

"सांगतो, पण तू हसणार तर नाही ना मला?"

"नाही हसणार."

"त्यांना मी पत्र लिहिणार आहे.'

"पण तुझं पत्र त्यांना कसं काय मिळणार?"

"का?" सुखलाल.

"भैय्या तर आता परिक्रमेत आहेत ना!"

विचारात पडत सुखलाल म्हणाला,

"हो, पण भैय्यांची परिक्रमा संपल्यानंतर ते घरी गेल्यानंतर माझे पत्र मिळेल ना त्यांना."

यशोदा विचारात हरवली...

भैय्या, वयाच्या बाराव्या-तेराव्या वर्षी तुम्ही घर सोडलंत. गेली दहा-बारा वर्षे झाली तुम्हाला घर सोडून. अजूनही भ्रमंती चालू आहे तुमची. मागे एकदा तुम्हांला मी म्हणाले होते, पुरे ही आता पायपीट! एका जागी रहायचं सोडून कशाला ही भ्रमंती? माहीत नाही मला की, तुमची भ्रमंती कधी संपणार?

आजारपणात तुम्ही इथे थांबलात. तेवढाच काय तुमच्या जीवाला आराम मिळाला असेल. इथेही तुम्ही सर्वांच्यात छान रमला होता. पण ते सुखही मी तुम्हाला लाभू दिले नाही. घालवून दिले तुम्हांला परिक्रमेच्या वाटेने.

खरं तर बब्बांनाही आवडले असते तुम्ही इथे राहिलेले. चांगल्या माणसांची त्यांनाही पारख आहे. आपल्यानंतर कोणी योग्य माणसाने पाठशाळेचा भार घेतलेला त्यांनाही अधिक आनंद झाला असता.

भैय्या, यदाकदाचित मी तुम्हांला परिक्रमेला जायला सांगितले नसते तर तुम्हीही इथं राहिला असता. पाठशाळेचा भार घेतला असता. मुलांना छान छान शिकवलं असतं. या मुलांना, या घरालाही तुमची आता सवय झाली होती.

आता कुठे असाल? काय खात असाल? तब्येत कशी असेल तुमची? काही काही माहिती नाही. काही माणसं क्षण दोन क्षणासाठी जीवनात येतात नि जीवनाचा भाग होतात.

यशोदेला विचारात हरवलेली पाहून सुखलाल यशोदेला म्हणाला,

"दिदी, कसला विचार करते आहेस तू?"

भानावर येत यशोदा म्हणाली, "कसला नाही रे."

"दिदी, भैय्यांचा पत्ता असता ना तर एक दिवस मी..."

बोलता बोलता सुखलाल मध्येच थांबला.

"काय रे? बोल ना."

"मी ना भैय्यांना भेटायला त्यांच्या घरी गेलो असतो."

सुखलालचे बोलणे ऐकून यशोदा खळखळून हसली.

"अरे वा! एकटाच गेला असता का? मला नाही का न्हेणार?"

"दिदी, आपण सगळेच गेलो असतो."

यशोदा सुखलालच्या निरागसपणावर हसली. किती भाबडी ही मुले? वास्तव काय ते त्यांना काय माहीत. शेवटी अज्ञानात एक प्रकारचे सुख असतं हेच खरे!

भैय्या काही काळासाठी इथे आले. थांबले. निघून गेले. ही मुलेही शिक्षण संपले की आपआपल्या वाटेने निघून जातील. भुर्रकन पक्ष्यासारखी उडून जातील. मागे फक्त बब्बा आणि मीच उरणार.

आणि...

आता बब्बांही किती थकले आहेत. आई नंतर बब्बांनीच माझा सांभाळ केला. आईचं प्रेम दिलं. आईची उणीव-कमी कधी भासू दिली नाही. मुलीपेक्षा मुलगाच त्यांनी मला मानले. वाढत्या वयाबरोबर बब्बांची प्रकृती थोडी खालावली आहे. बब्बांनंतर आपले कसे होईल? हा अशुभ विचार तिच्या मनात डोकावून गेला.

देवा, माझ्या बब्बांना उदंड निरोगी आयुष्य दे. माझं आयुष्यही त्यांना लाभू दे. बब्बांनी माझ्यासाठी जे केलं ते कुणी करणार नाही. बब्बांना माझ्याशिवाय नि मला त्यांच्याशिवाय आहे तरी कोण?

भैय्या, त्या दिवशी मी सहज बोलून गेले, पुरुष असते तर तुमच्या बरोबर परिक्रमेला नक्की आले असते.

पण मग बब्बांचे काय? ते सुद्धा आता किती थकले आहेत. परिक्रमा करता

येत नाही म्हणून काय झाले? आल्या गेल्या परिक्रमावासींची सेवा करायला मिळते हे काय कमी आहे?

भैय्या, मागे एकदा तुम्ही बोलताना म्हणाला होता-

"हे दुसऱ्याकरता कष्ट उपसणं किती दिवस चालायचं?"

भैय्या, त्यात कष्ट कसले? हे तर भाग्य आहे माझं.

भैय्या, तुम्हांला माझ्या छोट्या छोट्या गोष्टींचं किती कौतुक? साधं अंथरूण टाकण्याचं तुम्हाला कौतुक वाटे.

मला म्हणालात,

"कुठं शिकलीस एवढं हे नेटकेपण?"

"अहो, ही काय शिकायची गोष्ट असते? ते तर माणसांच्या रक्तातच असायला हवं असतं."

संत तुकाराम महाराज म्हणतात ना -

"तुका म्हणे झरा ।
आहे मुळीचाची खरा ॥"

असंच काहीसं!

"दिदी,"

अचानक सुखलालने यशोदेच्या विचारांची साखळी तोडली.

"काय रे?"

"हे गीताभाष्य भैय्याचं का?"

"हो."

"इथेच विसरून गेले का?"

"नाही रे. भैय्यांनी मला भेट म्हणून दिलं आहे ते गीताभाष्य."

"मला शिकवशील गीताभाष्य?"

"हो. शिकवीन की."

"जाताना भैय्या त्यांचे कपडेही इथेच विसरून गेले."

"अरे खरंच की; मी भैय्यांना परिक्रमेला जायला सांगताच तसेच तडक निघून गेले. जाताना त्यांचे कपडेही इथेच विसरून गेले. आता रोज काय करत असतील कपड्यांचं? एक कपडा किती दिवस अंगावर घालणार?"

"तरी सदावर्तात लोक आटा, डाळ, कपडे देतात. होईल काही ना काही सोय. भैय्या फार स्वाभिमानी. कुणाकडे स्वत:हून काही मागणार नाहीत."

"दिदी, भैय्यांच्या बरोबर गप्पा मारणं आम्हाला किती छान वाटे. त्यांच्या भ्रमंतीच्या कितीतरी गोष्टी आम्हाला ते सांगत. मला तर नेहमी वाटते की त्यांच्यासारखी नर्मदा परिक्रमा करावी."

"मोठा झालास की जरूर कर."

"दिदी, भैय्यांबरोबर परिक्रमा करायला मिळाली असती तर किती छान झालं असतं. एकदा भैय्या मला म्हणाले होते, दिदी रागावली तर घाबरू नको. मी आहे. आपण दोघं मिळून परिक्रमा करू. मी तुला शिकवीन"

"अरे, मी कधी तुमच्यावर रागावते का? भैय्यांचे काम सांगताच तुम्ही अळंटळं करत होता, म्हणून मी त्यावेळी तुमच्यावर रागावले.

भैय्यांना काय वाटले असते? मुलं दिदीचं ऐकत नाहीत. काहीही काम करत नाही. मुलांना वळण नाही. तुमच्या दिदीला कोणी काही बोललेले तुम्हाला आवडेल?"

"दिदी, कोणी करो ना करो पण मी तुझं प्रत्येक काम करीन. तू सांगशील ते ऐकेन."

यशोदेला सुखलालचं फार फार कौतुक वाटलं.

बराच वेळ यशोदा खिडकीतून दिसणाऱ्या शांत वाहणाऱ्या नर्मदेकडे पाहात राहिली....

भैय्या, मागे एकदा बोलता बोलता तुम्ही महाभारतातलं एक वचन ऐकवलं. 'यथा काष्ठं च काष्ठं च' त्यातील पूर्वार्धापेक्षा उत्तरार्ध अधिक बोचणारा आहे. एकत्र येण्यापेक्षा वियोग अधिक दु:सह असतो नाही?

तुम्ही मला विचारलं, त्यावेळी मी काहीतरी बोलावं तुम्हाला वाटत होतं. मी काही बोलले नाही. काय बोलणार? कटू असलं तरी ते सत्यच आहे. जे वास्तव आहे ते आहे. तिथं परत शब्दांची, व्यक्त होण्याची काय आवश्यकता?

कितीतरी वेळ यशोदा नर्मदेकडे पाहात राहिली.

दुपारची वेळ!

जेवण करून यशोदा स्वयंपाकघरात झोपली होती. दार वाजलं. इतक्या दुपारचं कोण आलं असावं? पदर नीट करत यशोदा उठली. दार उघडलं. पहाते तर दारात

तिचे बब्बा होते. बब्बांना पाहून यशोदेला कोण आनंद झाला.

बब्बांच्या हातातील पिशवी यशोदाने आत नेली. रामधारांनी प्रथम मागच्या अंगणात जाऊन तोंड, हात- पाय धुतले. पंचाने तोंड पुसत आत आले.

"बब्बा, कसा झाला तुमचा प्रवास?" यशोदाने उत्सुकतेने रामधारांना विचारले.

"अगदी छान झाला. बाकी कुठल्या गोष्टींची कमतरता नव्हती. यज्ञाचे काही विचारू नकोस. कुठून कुठून पंडित, शास्त्रीजी आले होते यज्ञाला. रोज सुग्रास भोजन. सगळ्या गावाला रोज चूलबंद जेवणाचं आमंत्रण. आम्हां सगळ्यांचा योग्य तो मानसन्मान. येताना वर चांगली बिदागी दिली."

यशोदा नि सारी मुले रामधारांचे बोलणे मोठ्या उत्सुकतेने ऐकत होती.

रामधारांनी पिशवीतून चांगले पंचवीस-तीस बुंदीचे लाडू काढले. यशोदाने सर्वांना लाडू वाटले. रामधारांनी यशोदेला 'नर्मदा पुराण' पुस्तक दिले.

यशोदाने 'नर्मदा पुराण' भक्तिभावाने घेतले नि मस्तकी लावले.

यशोदेला तर वाचनाची, अभ्यासाची फार आवड. ही पुस्तके यशोदासाठी जीवाभावाचे खरे सोबती होते. आता तिच्या बरोबरच्या मैत्रिणी तरी गावात कोण उरल्या आहेत? ज्या त्या लग्न करून सासरी गेल्या.

यशोदा उठली. बब्बांसाठी तिने ताट करायला घेतले.

सायंकाळी नेहमीप्रमाणे आरती झाली. सर्वांची जेवणं झाली. यशोदाने आवराआवर केली. अळूची वडी तोंडात टाकत रामधार यशोदेला म्हणाले,

"यशोदा बिटिया, या पंधरा दिवसांत माझी आठवण झाली की नाही तुला?"

"आठवण? अजिबात नाही," यशोदा हसत म्हणाली.

रामधारांचा चेहरा पडला. उदासपणाने ते म्हणाले, "मला मात्र तिकडे तुमची रोज आठवण व्हायची. तुमच्या आठवणी शिवाय एकही दिवस गेला नाही. खरं सांगायचे म्हणजे मी शरिराने तिकडे पण मनाने मात्र इकडेच होतो. वाटायचं... उगीच इतक्या लांब यज्ञासाठी आलो. पण तेवढेच चार पैसे मिळताहेत तर का सोडा? घर चालवायचं म्हणजे हाताला चार पैसेही हवेतच."

यशोदा थोडी व्याकुळ होत म्हणाली, "बब्बा, आत्तापर्यंत खूप केलं घरासाठी. आता पुरे ही धावपळ. स्वतःला जपायला हवं तुम्ही बब्बा आता."

"अग बिटिया, घर चालवायचं म्हटलं म्हणजे पैसे तर हवेतच ना!"

"मी आहे ना बब्बा."

"उद्या लोक म्हणायला लगेच तयार, रामधार मुलीच्या जीवावर बसून आयतं खातो आहे."

"बब्बा, काय तरीच तुमचं! आणि हो मी काही तुमची मुलगी नाही."

"म्हणजे?" रामधारांनी चिंतेत विचारले.

"मी मुलगाच आहे ना तुमचा?"

"हो हो. खरं आहे यशोदा बिटिया." रामधार हसत म्हणाले.

"बब्बा, मघाशी तुम्हांला मी म्हणाले की, तुमची मला बिलकुल आठवण आली नाही. शेवटी आठवण म्हणजे तरी दुसरं असतं तरी काय? आधी विस्मरण मग स्मरण. ज्यांना आपण विसरतो, त्यांचीच तर आपण आठवण काढतो. विसरणंच नाही तर आठवण कशाला?"

यशोदेचे बोलणे ऐकून रामधार समाधानाने आणि कौतुकाने यशोदेच्या डोक्यावर हात फिरवत म्हणाले, "वा. बिटिया! काय तत्त्वज्ञान ऐकवलंस आज. मी नावाला पंडित रामधार पण तू खरी बुद्धिमान. बोलण्यात तुझा कोणी हात धरणार नाही."

बोलता बोलता रामधार यशोदेला म्हणाले, "अग एक विचारायचं राहिलं बिटिया."

"काय बब्बा?"

"ब्रह्मचारी कधी गेले?"

"झाले चार -पाच दिवस, जाऊन."

"अरेरे! अजून त्यांनी थांबायला हवे होते. फार कमी काळ त्यांचा सहवास लाभला. बाकी त्यांच्या तब्येतीत काही फरक पडला ना?"

"हो बब्बा. मी रहायचा आग्रह केला पण ते कुठे तयार थांबायला? त्यांची नर्मदा आई सारखी त्यांना परिक्रमेला बोलावत होती."

काही तरी बोलायचे म्हणून यशोदा बोलून गेली.

"बब्बा, आता झोपा तुम्ही. खूप थकला असाल तुम्ही प्रवासाने."

यशोदा रामधारांसाठी अंथरूण टाकायला लागली. तोपर्यंत पोरं केव्हाच झोपून गेली होती.

भैय्या

शेवटी नर्मदा आई आहे. तिलाच मुलांची काळजी. ती काही उपाशी ठेवत नव्हती. वाटेत चालताना कोणी ना कोणी भेटत. विचारत.

"हर नर्मदे."

"नर्मदे हर."

"परिक्रमा कर रहे हो क्या?"

"जी हाँ?"

"कुण गाँव? कहाँ से चल पडे?"

मी त्या गावाचं नाव सांगे. आश्चर्य व्यक्त करत तो म्हणे,

"काफी तेज चाल है आपकी भाई ।"

मी त्यावर काय बोलणार? मी आपला गप्प.

"मग जवळ पडशी बिडशी?"

"नाही सांभाळत," मी.

"मग जेवणाचं काय?"

"कुणी दिलं तर खायचं."

"नाही दिलं तर."

"रेवामाईचं पाणी प्यायचं."

तो आश्चर्य असा व्यक्त करायचा,

काय हा अजब परिक्रमावासी!

प्रश्नामागून प्रश्न. वाटे मौन पत्करलं असतं, तर बरं झालं असतं. या प्रश्नांना उत्तर तरी द्यावी लागली नसते.

विचारणारे तसे कोणी चोंबडी उत्सुकतेने विचारत नव्हते. त्यात आपलेपणा होता. त्याबद्दल मला का उगीच वाईट वाटावे?

परिक्रमा करणारे विविध प्रकारचे. कोणी नवस फेडणारे. कोणी दोन वेळची जेवणाची सोय होत आहे म्हणून परिक्रमा करणारे. कोणी श्रेष्ठ दर्जाचे संत साधू. माईचे नाव घेऊन पोट भरणारे परिक्रमावासी आहेत. संधीसाधूही आहेत. त्यांना माईशी बाकी देणे घेणे नाही. काहींसाठी माई सर्व काही आहे.

एरवी कधी मैय्याच्या तीरावरल्या पावटीवर माणसाविना दुसऱ्याच्या पाऊलखुणा आढळायच्या नाहीत. पाहुण्या रावळ्यांकडे यायच्या जायच्या नार्मदीयांच्या वाटा दो गांवांच्या मधून धावत. मुद्दाम नर्मदातीरावरून वाकडी वाट करून कोण येतो!

ही अशी तद्देशीयांची रीत असल्यामुळं जेव्हा सतत तीरावर घोड्याच्या टापांच्या खुणा आढळू लागल्या, तेव्हा मनाशी नवल केलं.

पाय अलीकडे जास्त त्रास देऊ लागले होते. उदरांत अन्नाहुती रात्री पडायची, हे तर जवळ जवळ ठरूनच गेलं होतं. दिवसभर उन्हाळ्याशी झुंज देऊन शरीर चालतं ठेवण्यासाठी भरपूर पाणी साठवावं लागायचं.

पाणी हे जीवन. अन्नाविना एका पटीनं प्राण धारण करणं सोपं जाईल. पण पाणी नसेल तर माणूस एक दिवस काही तग धरू शकणार नाही, हे तर खरंच.

तर अति सर्वत्र वर्जयेत्!

प्रमाणाबाहेर सेवन केलं, तर औषधदेखील हानिकारक ठरतं.

सकाळपूसन पाण्याचा मारा सुरू असायचा. त्यांत अघोचरासारखी चाल. भिरीभिरी आपले चालताहेत. भरलेलं पोट डुबुकडुबुक वाजायचं. आंतून आतड्यांना अन्नाविना ओढ लागली, की पुन्हा ती पाण्यानं भरायची.

सप्तधातूंना अन्नाची गरज. पाणी हा पर्याय ते नाकारू लागले. पुढं पुढं मग केवळ गरज म्हणून पाणी पीत असे. पाण्याची जी एक रुची होती, ती उणावू लागली. पहिल्यासारखं मोठ्या चवीनं पाणी जाईनासं झालं.

त्यामुळं चालही पहिल्यासारखी होईना. कंटाळलो. म्हटलं की मैय्याची ही अशी प्रतिदिवशी परीक्षा पहायची खरोखरी गरज आहे का? राहिलं कुणाच्या

दाराशी उभं, आणि म्हटलं, परिक्रमावासी आहे, जेवू घाला, तर काही बिघडणार आहे का?

परिक्रमेतलं मुख्य साधन जे शरीर, त्याची ही असली फरफट काढल्यानं होईल काय? ते कुठं तरी कोलमडेल. खचेल, जबाब देईल.

एक मन म्हणे, देईना का दगा! कोण्या एका हेतूनं परिक्रमा आरंभिली आहे असं तर नाहीच. हे कर्म आपण अंत:करणाच्या शुद्धिसाठी करतो आहोत. या वेगळं कसलंही प्रयोजन या सत्कर्मामागं नाही. तेव्हा हे पुरतं तडीस न गेलं, तरी फारसं बिघडणार नाही.

अचानक आठवे ज्ञानेश्वरी आणि गीतेचा सहावा अध्याय.

नात्यश्नतस्तुयोगोऽस्ति न चैकान्त मनश्नतः ।
न चातिस्वप्रशीलस्य जाग्रतो नैव चार्जुन ॥

माउलींनी लिहिलेल्या ओव्या भराभरा दृष्टीसमोर उभ्या ठाकत.

अथवा आग्रहाचिये बांदोडी ।
क्षुधा तृषा कोंडी ।
आहारातें तोडी ।
मारूनियां ॥
निद्रेचिया वाटा न वचे।
ऐसा दृढिवेचेनि अवतरणें नाचे ।
ते शरिरचि नव्हे तयाचें।
मा योगु कवणाचा ॥

जो आग्रहाच्या कारागृही तहानभुकेला बंदी बनवितो, भुकेला मारून आहार तोडतो, झोपेचं नावंही घेत नाही, केवळ हट्टीपणाचा झेंडा मिरवतो, त्यांचं शरीरच त्याच्या अधीन राहात नाही. मग त्यानं योगाचं नाव घ्यावं तरी कशासाठी?

तेव्हा शरीर राखलं पाहिजे. ते हातून गमावता उपेगाचं नाही-

अचानक घोड्याच्या पाऊलखुणाचं रहस्य ध्यानी आलं. एकूण हे असं आहे तर!

शरीर अलीकडे अजिबात कोसळू लागलं आहे. अमरकंटकाच्या अलीकडे त्यानं असाच गळा धरला होता. साफ भुईवरच लोळवलं होतं. तेव्हापासून आजाराची जणू बेडीच पायी रुतली आहे.

शरीर आणि मन यांचं युद्धच सुरू आहे. सगळं शरीर हे समरांगण झालं आहे. क्षतविक्षत झालेलं. किती झुंजांच्या किती खुणा ते वागवीत आहे.

रात्रंदिवस आम्हा युद्धाचा प्रसंग ।
अंतर्बाह्य जग आणि मन ॥

बाबांच्या युद्धाशी माझ्या झुंजीची तुलना मुळीच करायची नाही. त्या जगद्गुरूच्या भारतीय संकटाशी माझ्या हाणामारीची सांगड कशी घालता येईल?

तरी पण इथंही एक घणाघाती सुरू आहेच. माझ्या जीवापुरती. काम आहे, क्रोध आहे, दंभ आहे, विकारांचे कल्लोळ आहेत, आणि हे जीर्णशीर्ण शरीर ते सगळे आघात सहन करतं आहे. त्याबरोबरच रोगांचेही चपेटे त्यावर वाजताहेत.

पानथरी वाढली आहे. पोटांत बरगड्यांच्या आत दुखत असतं. तशी रोज चालवेल तितकं चालतच असतो. अजिबात चालवेना झालं, तर पोटाला हात देऊन पडून असतो. उमासे आतल्या आत जिरवीत.

कुणी दादाबाबा येतो. रोगानं ओढलेली मुद्रा पाहून जेवायला आणून देतो. जेवतो. रात्र तिथं काढतो. सकाळी बरं वाटतं. उठून पुनः चालू लागतो. कुणाची फार सहानुभूतीही सहन होत नाही.

चांदोद जवळ आलं असावं. अंगी ताप मुरू लागला आहे. दिवसभर तलखी सुरू असते. चातुर्मास उभा ठाकला आहे. कुठं तरी बऱ्या ठिकाणी राहावं. जिथं कमीत कमी माधुकरी तरी मिळू शकेल. गुजरात समृद्ध आहे. चांदोदला काही घरं महाराष्ट्रीयांची आहेत. एकदा घराबाहेर पडल्यावर महाराष्ट्रीय काय आणि माळवी काय! पण ओली माधुकरी वाढायची महाराष्ट्रीयांना सवय असते.

रेवातीरावर बरीच देवळं. एका देवळाबाहेर ओवरी. तिथं आसन मांडलं. कितीक परिक्रमावासीयांचे पडाव भवताली पडले आहेत. जो तो आपापल्या भजना-पूजनात दंग आहे.

पाऊस सुरू झाला आहे. दर दिवशी पहाटे ताप उतरे. तसाच खुरडत, त्यावरून बसत बसत एकेक पायरी, एकेक पायरी असा वर येई. दर पायरीवर कमंडलु सरकवी. शेवटी वरती येऊन धाबळीवर पडून राही. मेघांनी आच्छादलेलं आकाश पाहात.

बारा वाजले, की हळू हळू चारदोन घरी जाई. ज्वरानं भाजून निघालेली मुद्रा पाहताच आया करूणेनं ओल्या होऊन झोळीत अन्न वाढीत. ते घेऊन मुक्कामावर

येई. चार घास जाईल तेवढं खाई. मग हात उशाशी घेऊन पडून राही.

दुपारी ताप चढायला सुरुवात होई. संध्याकाळी तो पूर्ण भरे. सगळं शरीर जणू चिंतेत जळत राही. पूर्वरात्री ताप उतरत असे.

इथं आल्याबरोबर एक केलं. एका दुकानदाराजवळ पोस्टाचं पाकिट मागितलं. काकांना भलं थोरलं पत्र लिहिलं. धुळ्याचा पत्ता लिहिला. थांबलो होतो, त्या मंदिराचा परत पत्ता दिला. लिहिलं एकुटवाणं स्वच्छंद भ्रमण.

ध्यानाला बसल्यावर मनाचं नितळ होणं.

कोणे एके दिवशी अकारण फुटलेलं रडू.

खळमळ सगळे धुऊन जाणे.

ही लहानशी डोंगी 'त्या' च्या महानौकेच्या मागोमाग चालू देणं.

आपण हात झाडून मोकळं होणं.

पापपुण्य अवघं त्याला समर्पित करणं.

आकाशात स्वच्छंद विहरणाऱ्या पाखरासारखं मुक्त होणं-

आणि

त्याचबरोबरच अतिशय किळसवाण्या चिखलांत बुडत असल्याची जाणीव होणं.

असं या प्रवासात जे जे भावलं ते ते काकांना लिहून टाकलं. आजारी असल्याची एक ओळ लिहिली. शेवटी म्हटलं,

'आता कांही का घडेना । स्वस्थ मनानं भविष्याला सामोरा जात आहे. मैय्याला हे शरीर तिच्या कुशीत सामावून घ्यायचं असेल, तर तसं होवो माझा कसलाच आक्षेप नाही.'

तापाच्या ऐन भरात कसले कसले भास होत. एकाचा एकाशी मेळ नाही. तो उतरू लागला की एकेक आठवण जागी होई. डोळे अकारण भरून येत.

धूसर असं नागपूर आठवे.

मग स्वातंत्र्याचं प्रखर आंदोलन.

त्यानंतर जीवनातल्या सगळ्या दुर्दशा आठवत. कुत्र्याचं पिल्लू. त्यासाठी आणावी लागणारी आतडी. युनायटेड फिक्चर्स सिंडिकेट -

तिथं एका कामोन्मत्ताला बळी पडलेली कुडी-

छी छी । स्वतःची केवळ घृणा येई.

आठवत नाशिकचे गंगा तीरीचे घाट

अकोल्याचं गुरांमागं हिंडणं-

गाडगेबाबा स्मरत. ते आता कुठं असतील?

ती कीर्तनासाठी जमणारी पाच पाच हजार माणसं स्मरत.

अतिशय लोभ लावलेली परभणीकर आठवत.

त्यांना काय माहीत की त्यांचे स्नेहभाजन इथं रेवातीरी रोगाशी झुंजत मरणाची वाट पाहात आहे।

एखादे वेळी कुणी भला माणूस येई. कपाळावर हात ठेवी. चटका बसताच तो मागं घेई. चौकशी करी. मी बहुधा गुंगीत पडून असे. काय जबाब देत असे कोण जाणे. शेजारचा परिक्रमावासी सांगे,

"कोई मैय्याके दर का जीव है। बहुत बीमार है।"

"अरे तब कोई दवाववा?"

''लो मैय्याके दूध से बढकर अच्छी दवा और होही क्या सकती है?"

''खाना पीना?"

"मांग कर लाता है कहींसे..."

तो निघून जाई. मला एकट्याला तापाशी झुंजायला सोडून.

पुनः स्मरणसाखळी जुळे. एकेक कडी. मध्येच एखादी निखळलेली.

धुवांधारचा मैय्याचा उंचावरून फेसाळत खालच्या डोहात उडी मारणारा प्रवाह...

धावडीकुंड... तिथं गर्जत खालच्या प्रचण्ड तसराळ्यांत झेपावणारी नर्मदा -

शूलपाणीचं भयाकारी अरण्य -

ओंकारममलेश्वरम् -

सहस्त्रधारा एकम् सत धारा : सहस्त्र वहन्ति-

हुरांगाबादचा रेल्वे पूल -

आणि भडोचजवळचा - ते स्थापत्य शास्त्राचं कवतिक दिक्क एकट्यानं न्याहाळलेले किती किती सूर्यास्त. आपल्या चण्डप्रचंड तेजाचा संकोच करीत, पश्चिम वाहिनी रेवेच्या पात्रातच बुडी देणारं सूर्यबिंब सुरीनं कापून काढतां येतील, असे लख्ख लख्ख काळोख. दशादिशा व्यापून उरलेले...

लख्ख पिवळे तेजस्वी डोळे नवलानं टकटका उघडीत पाचदहा हातांवरून मजकडे न्याहाळणारा व्याघ्रराज-

मठत्याग करून गंगातीरी निघून जाणारे तरुण महन्त. अचानक आठवून जाई नर्मदा पंचांग - परिक्रमेचे कायदे कानू सांगणारा ग्रंथ.

घना जंगल. रमणीय घोर झाडीका मार्ग. पर्वतोंका मार्ग. घोर जंगल. कठिण मार्ग. गुहा. बेहडोंका जंगल. जंगली दृश्य. घोर झाडी. सुंदर बनप्रदेश. जंगल और पर्वतोंका मार्ग.

काय हे सगळं पार केलं? एकट्यानं?

मैय्या, तुझी कृपा... तुझीच! तू मुंगीकडून मेरूपर्वत ओलांडवलास।

नर्मदे हर नर्मदे हर -

आणि मग पुनः घनांधःकार. जणू सगळे दिवे कुणी एकदम विझवून जाई.

कधी वाटे, माई असती तर? तिला जर हे माझं आजारीपण कळलं असतं तर?

वाऱ्याचे पंख करून ती इथं येऊन उतरली असती. औषधपाणी केलं असतं. एकही प्रयत्न करायचा सोडला नसता. वाटेल ते करून मला बरं केलं असतं. मग म्हणाली असती, 'झालं बाबा! माझं कर्तव्य होतं, ते मी केलं. तू बरा झालास. आता हवा तिकडे जा!

साखळीची ही कडी निखळून पडे. काही वेळ नुसता दिक्क अंधार. भय वाटे, की मी याच्या तळापर्यंत तर जाऊन पोचणार नाही? आधारासाठी भयाकुळ नजरेने इकडे तिकडे पाही.

तो दोन हात दिसत. मऊसूत. नाजूक. भ्रम होई कीं ते माझ्या कपाळावरून फिरताहेत. स्पर्शतांक्षणी आतली सगळी व्यथा शोषून घेताहेत.

ते दोन्ही हात उठून बसवताहेत. तोंडाशी खिरीची वाटी धरताहेत. पाण्याची चूळ देताहेत. पुनः अलगद झोपवताहेत. अंगावरची चौघडी सरशी करताहेत. गळ्यापर्यंत ओढून घेताहेत. थोपताहेत.

वाटत आहे यांच्या आश्रयाखाली असलो, तर मग कळिकाळाचंही भय नाही! केवळ हातच स्मरताहेत. स्मरणशक्तीला ताण द्यायचं सामर्थ्य उरलं नाही.

पुन्हा गुंगी... मग स्वर ऐकू येतो -

भैय्या, उठिये न! दवा नहीं लोगे क्या?

चहूकडे अंधार आहे. मेघांनी आकाश गच्च दाटलं आहे. मैय्याच्या प्रवाहाचा गंभीर ध्वनी तेवढा ऐकू येतो आहे.

अन मग हा जिवविणारा स्वर कुणाचा? कोण बोललं हे?

जणूं एकदम उजळतं. स्मरणाचे खंड सगळे जिथल्या तिथं पटापटा येऊन बसतात.

रेवातीर. त्याच्या कगारीवरचं देऊळ. कळस आकाशात झळाळत असलेला. उतरत्या सूर्यप्रकाशात सायंकालीन आरती सुरू आहे-

जगके कारन दुरित निवारण
तुम सुखके कर्ता
प्रभू तुम दुखके हर्ता
जय जगदीश हरे॥

मुंडण केलेली आठ- दहा मुलं अंगावर पंचे पांघरूण संथ स्वरात आरती म्हणताहेत. ठाकूरजीच्या मूर्तीसमोर उभी राहून कुणी आरती फिरवत्ये आहे. पांढरं पातळ नेसून.

आरती संपते. ती आम्हाकडे वळते.

ज्योतीसारखी तेवती मुद्रा. शांत. स्थिर. भाळी चंदनाचा टिळा. लांबसर नाक.

यशोदे! यशोदे!

काही नाही. काहीच नाही.

इतकंच की मी फार आजारी आहे. फार फार आजारी आहे. मजकडे लक्ष द्यायला इथं कोणीही नाही.

कुशीवर वळतो. पडून राहातो.

तिनं तर हाक मारली होती. थरथरती. देवमंदिरातल्या घण्टेसारख्या स्वरात म्हणाली होती, 'भैय्या! ऐकलंत का?'

क्षणभर पावलं अडखळली होती. दुसऱ्या क्षणी पुटपुटलो होतो,

'नाही यशोदे! आता परतून तुला लहान करणार नाही.'

त्या पहाटेच्या धूसर वेळी रेवातीरावरची पावटी तुडवीत निष्ठुरपणं निघून आलो होतो.

तेव्हा आता आपली ही असहाय्य स्थिती तिला कळवूनही काही साधणार नाही.

एक दीर्घ उसासा. भाजणारा. डोळ्यांतली ऊन आसवं पुसून टाकतो.

यशोदा

"रामधारजी, मला काही एक ऐकायचं नाही. तुम्ही शिकवलेलं पोपटासारखी बडबडत होती. म्हणून भुरळ पडली! पण, तिने हा मार्ग धरावा?"

यशोदेच्या सासऱ्याचा आवाज वाढला. रामधारजी त्यांना काही सांगण्याचा प्रयत्न करत होते, पण ते काहीही ऐकायला तयार नव्हते.

यशोदा मात्र पुतळ्यासारखी स्तब्ध उभी होती.

आवाजाची पट्टी पुन्हा चढवत सनेहीजी पुढे बोलू लागले -

"गावात कुठे तोंड दाखवायला जागा ठेवली नाही तुमच्या पोरीने. सगळ्या गावात झाली आहे बातमी. कुणाकुणाचं तोंड धरायचं मी? आग असल्याशिवाय का धूर निघतो? हे दिवस बघायला का जिवंत राहिलो आम्ही? वाटलं, तिथं सासरी एकाकी दिवस काढण्यापेक्षा इथं माहेरी तरी आनंदात राहील. मुलांना शिकवण्यात गुंतून राहील. पण तुला हे धंदे सुचले?"

"पुरे! यशोदेबद्दल आता एक शब्द मला अधिक ऐकायचा नाही. तुम्ही आमचे व्याही. त्या नात्याने तुमचा आम्ही मान ठेवून पाहतो आहे. तुम्ही मात्र माझ्या यशोदा बिटियाच्या चारित्र्यावर संशय घेऊ पाहात आहात?"

रामधार यशोदेची ढाल होत बोलू लागले,

"या रामधारचा स्वतःवर जितका विश्वास नाही तितका आपल्या यशोदेवर आहे. यशोदा माझा अभिमान आहे. मान आहे. जे संस्कार मी मुलीवर केले ते कधी वाया जाणार नाही."

"अरे वा! प्रेम आंधळं असतं असं म्हणतात ते काही खोटं नाही. मुलीच्या प्रेमामुळे तुमच्या डोळ्यावर पट्टी बांधली आहे. तुमची अगदी गांधारी झाली आहे " सनेही.

"तुम्ही फक्त स्वतःच्या नजरेने पाहात आहात. नाण्याची दुसरी बाजू पहा. दिसतं तसं नसतं." रामधार समजुतीच्या सुरात म्हणू लागले.

"मी म्हणतो हा ब्रह्मचारी कोण? कुठला? काही काही माहिती नसताना तुम्ही त्याला घरात ठेवलंच कसं?"

यावेळेस यशोदेला राहावलं नाही. डोळ्यातील पाणी पदराने पुसत ती म्हणाली,

"परिक्रमावासींना नाव गाव विचारायची काय गरज? आपण सारी माईची लेकरे. परिक्रमावासींना या घराचे दरवाजे सदैव उघडे आहेत. परिक्रमावासींची सेवा करणं हया सारखं दुसरं पुण्य कोणतं?"

"वा! चांगली पोपटासारखी बोलतीस की तू. रामधार, मुलीचं सोडा. बालबुद्धी तिची. घरात तरुण मुलगी असताना तुम्ही बाहेरगावी गेला कसे काय?"

"कारण माझा माझ्या मुलीवर पूर्ण विश्वास आहे. ब्रह्मचारी आजारी होते म्हणून राहिले घरी. त्यात चुकीचं काय झालं?" रामधार शांतपणे म्हणाले.

यशोदेचे सासरे डोळे मोठे करत म्हणाले, "बास...बास. मला अजून काही ऐकायचे नाही. लग्न झाल्यानंतर मुलगी सासरी गेली. तिथंच ती मेली असं म्हणणारा आपला समाज. पण आज मी सरळ सरळ नि स्पष्टपणे सांगतो, मुलगी आता माहेरी आली. जे काही गुण उधळायचे ते तिने उधळले. आमच्यासाठी आता ती कायमची मेली. मेलो तरी आता आम्ही या घराची पायरी पुन्हा चढणार नाही."

रामधार आणि यशोदा मूकपणे ऐकत होते.

डोळे गरागरा फिरवत सनेही रामधारला गुरगुरत म्हणाले,

"पंचांसमक्ष काय तो निर्णय लागू दे आज."

"पंचांसमक्ष? त्याची काय आवश्यकता आहे? चार भिंतीच्या गोष्टी चार भिंतीतच राहू द्या," रामधार.

"चार भिंतींच्या आतील गोष्टी? सगळ्या गावभर झाली आहे ही बातमी. आता काय व्हायचा आहे तो निर्णय होऊ दे एकदा."

"तुम्ही तुमच्या निर्णयावर पुन्हा एकदा विचार करा."

"एकदा घेतलेला निर्णय मी कधीच बदलत नाही. मुलगा गेला. आता या सुनेचा

तरी आम्हाला काय उपयोग असून नसून? असलं नातं टिकवण्यापेक्षा ते तोडणंच चांगलं," सनेही वरच्या पट्टीत बोलले.

"तरीपण तुम्ही एकदा मी काय सांगतो, ते ऐकून घ्या. उगीच डोक्यात राख नका घालू."

यशोदा रामधारजींना थांबवत म्हणाली,

"बब्बा, नका होऊ तुम्ही इतके माझ्यासाठी लाचार!"

आपल्या सासऱ्यांकडे पहात यशोदा शांतपणे बोलू लागली,

"मामंजी, माफ करा. लहान तोंडी मोठा घास घेते आहे. कोर्टात समोर आणलेल्या आरोपीलाही आपली बाजू मांडण्याची संधी दिली जाते. इथे कोर्ट तुमचं. शिक्षा देणारे, न्याय करणारे, न्यायाधीशही तुम्हीच आहात. तुम्ही अगोदरच सगळ्या गोष्टींचा निर्णय घेऊन आला आहात. तिथे आमच्या शब्दांना, स्पष्टीकरणाला काय अर्थ आहे?

"फार लहान वयात माझं लग्न झालं. दुर्भाग्याने मला अकाली वैधव्य आलं. पतीचा सहवास, त्यांची सेवा करण्याचं भाग्यही मला लाभलं नाही. माहीत नाही गतजन्मीचे कोणते भोग होते माझे? त्याबद्दल माझी देवाला कोणतीच तक्रार नाही.

"मामंजी, तुमच्या परवानगीने मी इथे माहेरी आले. पाठशाळेचा भार घेतला. हे सगळं चालू असताना मी कुणाचीतरी सून आहे. मला सासर आहे. सासू, सासरे आहेत हे कधी मी विसरले नाही. मर्यादा कधी सोडली नाही. बब्बांना खाली पहावं लागेल असं कधी वागले नाही.

"तुम्ही म्हणता तसे मी कोणते पाप केले नाही. बब्बांना नि आपल्याला खाली मान घालावी लागेल असे काही चुकीचे वागले नाही."

"यशोदा बिटीया..." रामधार व्याकुळ होत मध्येच बोलले.

"बोलू द्या बब्बा मला आज. अन्याय, अत्याचार करणं जसं पाप, तसं ते सोसणं हेही महापाप. समाजाच्या दृष्टीने स्त्रियांनी फक्त सोसावं. निमूटपणे दुखः गिळावं. त्याची कधी वाच्यता करायची नाही. तसं केलं तर आम्ही महान. धन्य स्त्री जात. धन्य तिची क्षमाशीलता! पण कोणी त्याविरुद्ध आवाज उठवला तर ती सर्वांच्या दृष्टीने टीकेचा विषय.

"हो, त्या अनामिक परिक्रमावासीला आम्ही घरात घेतले. तर ती मोठी चूकच घडली आमच्याकडून. त्या परिक्रमावासींची त्यांच्या आजारपणात त्यांना घरात

ठेवून घेतले...त्यांची सेवा केली हा मोठा गुन्हाच केला मी. कारण आमच्याकडे माणुसकी आहे. त्या माणुसकीच्या नात्याने आम्ही सगळे केले.

"बब्बांना माणसांची पारख चांगली आहे. ब्रह्मचारी घरी आले त्यावेळी कोणीतरी भटक्या परिक्रमेचं नाव सांगून भिक्षा मागणारा सामान्य जीव वाटला बब्बांना. पण ब्रह्मचाऱ्यांची विद्वता, बुद्धिमत्ता पाहून ते खरेच परिक्रमावासी आहेत हे समजल्यावर त्यांची मोठ्या मनानं माफीही मागितली नि हक्काने ठेवूनही घेतले त्यांना.

"मोठ्या अभिमानाने आम्ही स्वतःला नर्मदेचे पुत्र समजतो. नर्मदा तटावर राहूनही आम्हाला नर्मदा परिक्रमा करता येत नाही हे आमचे मोठे दुर्भाग्य. पण, येणाऱ्या जाणाऱ्या परिक्रमावासींची सेवा करायला मिळते हे आमचे भाग्य.

"भैय्या माझ्यासाठी कोणी परपुरुष नव्हते. नर्मदा माईची परिक्रमा करणारे ते एक परिक्रमावासी म्हणून मी त्यांच्याकडे पाहिले. मला त्यांचे आकर्षण वाटले, ती त्यांची बुद्धिमत्ता, विद्वत्ता आणि भ्रमंती पाहून.

"प्रत्येक नात्याला नाव देण्याचा अट्टाहास कशाला? केवळ स्त्री आणि पुरुष एवढंच नातं होतं का आमच्यात? मर्यादेचे बंध आम्ही नेहमीच पाळले. डोळे आणि कान यांच्यात नेहमीच चार बोटांचे अंतर असते नेहमी. जे डोळ्यांनी दिसतं, बुद्धीला जे वाटतं ते सारं खरं असतं असं नाही.

"कधी कोणे काळी सीतामाईला अग्निपरीक्षा द्यावी लागली. ती अग्निपरीक्षा द्यायला ही यशोदा विनातक्रार तयार आहे. मामंजी, आपण द्याल ती शिक्षा मला मान्य आहे. आपला जो काही निर्णय असेल तो मला मान्य आहे."

यशोदेला जे काही सांगायचे होते ते सांगून ती गप्प झाली.

यशोदेचे एक वेगळेच रूप सनेहीजी पहात होते आज. दगडालाही पाझर फुटतो आपण तर साधी माणसे. यशोदेचे बोलणे ऐकून पत्थर दिलाचे सनेहींचे डोळे पाण्याने डबडबले.

आवंढा गिळत ते यशोदेला म्हणाले, "यशोदे, काय बोलावं समजेना झालंय. वाढत्या वयाबरोबर दृष्टी तर अंधुक झाली आहे. पण माझी सारासार विवेक बुद्धी आणि बुद्धीही मंद झाली आहे. आज या म्हाताऱ्याचे डोळे उघडले यशोदे. काही नसताना मी राईचा पर्वत केला. तुझ्या आणि ब्रह्मचारींच्या पवित्र नात्यावर मी अकारण संशय घेतला.

"गाव ते गाव. समाज तो समाज. पण मी घरातला, जवळचा असूनही मी तुला

ओळखू शकलो नाही. मी खरं तर माफी मागण्याच्याही पात्रतेचा नाही तरी मी मनापासून झाल्या प्रकाराबद्दल माफी मागतो. यशोदे, माफ कर या म्हाताऱ्याला."

सनेहजींनी भरल्या डोळ्यांनी यशोदेला हात जोडले. यशोदेला ते पाहून फार अवघडल्यासारखे झाले. रामधारनांही काही बोलावे सुचेना.

यशोदा बोलली, "मामंजी, काय हे? तुम्ही मोठे आहात. नका असे हात जोडू. जे झालं ते गंगेला मिळालं. तुमचा गैरसमज दूर झाला यातच सगळं आलं."

सनेही रामधारांना म्हणाले, "रामधार, तुमच्या पोटी हिरा जन्माला आला आहे. मी मात्र गारगोटी समजलो. मघाशी जे काही मूर्खासारखे बोललो ते आपण विसरून जा. मला माफ करा."

रामधारांनी सनेहीजींचे हात हातात घेऊन ते थोपटत बोलले,

"आता झालं ते झालं. आता आपण सगळंच हे विसरू या. चला जेवून घेवूया. सकाळी काही खाल्लं असेल नसेल."

यशोदेने ताटं करायला घेतली.

रात्री जिना चढून यशोदा वर आली. चिमणी कोपऱ्यात ठेवली. नर्मदेच्या खिडकीत बसली. नर्मदेकडे पाहत राहिली. आज नर्मदेचे वेगळेच सौंदर्य ती पाहत होती.

कधी काळचे भैय्यांचे बोल यशोदेला आठवले...

रात्री नर्मदादर्शन किती सुंदर असतं! रात्रीच्या काळेपणाला नर्मदेच्या पाण्याची झिलाई लाभते, तेव्हा अंधार ही तेजस्वी भासू लागतो.

बोलता बोलता भैय्या तुम्ही मला प्रश्न केलात,

'यशोदे, तू रात्री कधी नर्मदेकडे पाहिलं आहेस?'

मी तेव्हा म्हणाले, 'भैय्या, मी तर नर्मदेची कन्या! पण एक मात्र आहे. सारखं सान्निध्य असलं म्हणजे वस्तूंचं मोल कळेनासं होतं. आम्ही हजारदा नर्मदा पाहिली आहे. पण तिचं दर्शन जसं तुम्हाला मोह घालतं, तसं आम्हाला घालत नाही.'

भैय्या, आज ही नर्मदा वेगळी भासते आहे. तिचं सौंदर्य आता कुठं दृष्टीला दिसू लागलं आहे. ही नव सौंदर्यदृष्टी तुम्हीच तर दिली मला भैय्या.

मला ताठ मानेने जगता यावे म्हणून तुम्ही परिक्रमेला चालते झाला. आज तुमच्या आणि माझ्याबद्दलचा माझ्या सासऱ्यांचा जो गैरसमज झाला होता, तो दूर झाला. पाणी आता स्वच्छ झालं आहे. आकाश आता स्वच्छ झालं आहे. गैरसमजांचे ढग

आता कायमचे दूर झाले आहे.

पण -

अकारण कोणताही गुन्हा नसताना शिक्षा मात्र तुम्हाला झाली. आजारपणात तुम्हाला मी निष्ठुरपणे घराबाहेर काढले 'मी सांगेन तसं ऐकायचं' मी एकदा तुम्हाला म्हणाले होते. परिक्रमेला जायला सांगताच कारण न विचारता चालते झाला!

आयुष्यात इतके कटु-दुःखाचे प्रसंग येऊनही तुम्ही कायम ठामपणे उभा राहिला जीवनाला कधी कंटाळला नाही. निराशेचे सूर कधी काढले नाही. मी मात्र 'कंटाळा आला आयुष्याचा, शरीर राखून तरी काय लाभ?, सगळ्या व्याधींवरलं एकच औषध माहीत आहे -रामबाण -मृत्यू, मी तर वाट पाहत्येय एखादं जनावर चावण्याची! कंटाळा आला आहे. किती निराशावादी माझे विचार.

भैय्या, सुख दुःख आम्हां समान या तत्त्वाने तुम्ही जगत आला. तुम्ही माझ्यासाठी आदर्श आहात. दीपस्तंभ आहात. वचन देते आज या नर्मदेला साक्षी ठेवून की, कधी असे निराशेचे सूर काढणार नाही.

भैय्या, शक्य झालं तर मला माफ करा! कराल ना मला माफ?

भैय्या

मी कधी लेखक होईल असे मला स्वप्नातही वाटले नव्हते. वयाच्या तिसाव्या वर्षी मी परिभ्रमण करून घरी आलो. जगण्यासाठी काही काम तर करायला हवे. पण माझे शिक्षणही कुठे फारसे होते? अवघी पाचवी इयत्ता. वयाच्या तेराव्या वर्षी घर सोडले. त्यानंतर शिक्षणाचा माझा कुठे संबंध आला?

पण

भ्रमंतीच्या काळात देहूला तुकाराम गाथेचा अभ्यास मी केला. आळंदीला काही काळ ज्ञानेश्वरीचे अध्ययन केले. गाडगे बाबांच्या सहवासात त्यांचे पत्रलेखक म्हणून काम केले. साधे, सोपे, सर्वांना कळेल असे लिहावे कसे ते शिकलो.

लेखनासाठी अनुभवांचे भांडार असावे लागते. ते माझ्याजवळ भरपूर होते. तुकोबा- ज्ञानेश्वरांच्या लेखनाचा आदर्श माझ्यापुढे होता. हे एका अर्थाने माझे लेखनातील गुरूच.

शिक्षण नाही. शरीर धडधाकट नाही. त्यामुळे मी आयुष्यात काही करण्यास निरूपयोगी होतो. आयते बसून खाणे काही योग्य नाही असे सतत मनाला टोचणी लागलेली.

एकदा जवळचा एक प्रकाशक मित्र भेटला. त्याच्या सल्ल्यानुसार काही संतांची, तत्ववेत्त्यांची रसाळ चरित्रे लिहिली. 'राष्ट्रगुरू' म्हणून ती प्रसिद्ध झाली.

मग काय विचारता! आपल्यातील लेखन कलेची मला जाणीव झाली. लेखनच आपल्याला तारू शकते. याची कल्पना आली. बिंदूची कथा, तुडवलेले घरकुल,

जगन्नाथ पंडित, शितू, पडघवली, पवनाकाठचा धोंडी अशा हातून कादंबऱ्या लिहून झाल्या. एक लेखक म्हणून वाचकांच्या पसंतीस मी उतरलो.

नुकतीच माझी एक कादंबरी प्रसिद्ध झाली आहे. त्याला कादंबरीपेक्षा आत्मचरित्रात्मक कादंबरी म्हणणे योग्य ठरेल - 'कुणा एकाची भ्रमणगाथा.' भ्रमंतीच्या काळात मला भेटलेले महंत आणि यशोदा या व्यक्तिरेखा समोर ठेवून केलेले हे लेखन.

'कुणा एकाची भ्रमणगाथा' तर अनेकांच्या पसंतीस पडली आहे. वाचकांना तर यशोदा हे पात्र इतके आवडले की काही विचारू नका. अनेकांनी 'यशोदा खरी का?, ती कुठे राहते? तिचा पत्ता हवाय' म्हणून मला विचारले.

ज्या वाचकांनी आपुलकीने यशोदेचा पत्ता विचारला. त्यांचा एकच हेतू 'तुमचा भैय्या आता कादंबरीकार झाला आहे. लेखक झाला आहे. त्याने तुमची कथा लिहिली आहे.' हे तिला सांगावे हा त्यांचा प्रामाणिक हेतू होता.

कधी वाटे, आपण उगीच ही कथा लिहून काढली. जवळच्या मित्रांच्या आग्रहाला बळी पडून ही कादंबरी लिहिली.

श्री. ना. पेंडसे!

माझे जवळचे लेखक मित्र. एकदा त्यांच्याबरोबर नाशिकच्या कान्हेकरांचे घर पहायला गेलो. आम्हाला परत यायचं होतं दाभोळला. मार्ग खाडीचा. होडग्यात मी, पेंडसे आणि एक नावाडी.

चार पाच तासांचा प्रवास होता. नाना परी करून झाल्या. अभंग म्हणून झाले. गोष्टी सांगूण झाल्या. तुमचं कसं, आमचं कसं येणेप्रमाणे.

श्री. ना. पेंडसे मला म्हणाले, "अप्पा, तुम्ही तुमचं सांगा काहीतरी."

वेळ जावा म्हणून कधीकाळची माझ्या भ्रमण कथेतील दोन घटना सांगितल्या. एक महंताची आणि दुसरी यशोदेची.

कथा सांगताना मी अगदी तन्मयतेने देहभान हरपून गेलो होतो. कथा ऐकून पेंडसे असे काही प्रभावित झाले की, काही विचारू नका.

पेंडसे म्हणाले, "अहो, काय छान कथा आहे हो. तुम्ही लिहून काढा ही कथा. आवडेल सर्वांना."

त्यांचे बोलणे ऐकून मी साफ नकार दिला.

"छे. छे. अशा खासगी जीवनातील या गोष्टी थोड्याच सांगण्यासारख्या

आहेत? कधी काळी या घटनांनी आपले जीवन उजळून गेले ते खरे आहे पण मला मात्र त्यावर न लिहिणे योग्य वाटते."

पण मित्र पेंडसे मात्र काही ऐकायला तयार होईना.

"अहो, असे का करता? तुम्ही हे जरूर लिहा. इतकी चांगली कथा आहे. सगळ्यांना नक्की आवडेल. तुम्ही जरूप लिहिले पाहिजे."

त्यावर मी काही बोललो नाही. पण लेखनाचे बीज कुठे तरी मनात पडले एवढे मात्र खरे.

पुढे अनेकांना मी ही कथा ऐकवली. त्या सर्वांना ही कथा फार आवडली.

शेवटी मी ठरवले, आपण लिहायला हवे. यशोदेची कथा आपण लिहायला हवी. असे पळून जाऊन उपयोग नाही.

मग मी लिहीत गेलो. ही कादंबरी मी यशोदेलाच अर्पण केली आहे. माझ्या इतर कादंबऱ्यातील नायिकांप्रमाणे ही यशोदा अनेकांच्या मनात घर करून राहिली आहे.

यशोदे, अवतीभवती घडणाऱ्या घटनांचे, व्यक्तींचे चित्रण मी माझ्या लेखनातून आजपर्यंत करत आलो. गावावर 'पडघवली' कादंबरी लिहिली. कोकणातील पार्श्वभूमीवरील 'शितू' लिहिली. नौखाली कांडवरील 'बिंदूची कथा' लिहून काढली.

आणि आता

'कुणा एकाची भ्रमणगाथा'तून तुझे शब्दचित्रण केले आहे. यशोदे तुझी व्यथा मी दूर करू शकलो नाही, पण कथा काय मी लिहू शकलो.

यशोदे, खुद्द गानसम्राज्ञी आशा भोसले हिने तुझी कथा वाचून 'यशोदा खरी का? मला तिला भेटायचे आहे.' म्हणून मला विचारले होते.

यशोदे, मी जाताना तुला म्हणालो होतो. तुला मी शब्द दिला होता -

'यशोदे! आता परतून तुला लहान करणार नाही!'

कोणत्याही कारणाने तुझा पत्ता सांगणे मला जमणार नाही. भले त्यापायी मला यशोदा भेटलीच नव्हती. ही केवळ कल्पित कथा आहे, हा आरोपही मी शांतपणे पत्करला आहे. त्यामुळे काही बिघडत नाही. त्या घटनेतील एक साक्षीदार जोपर्यंत जिवंत आहे, तो पर्यंत त्याला लटके म्हटले, म्हणू दे!

यशोदे, माझ्या आयुष्यावर सुद्धा तुझा काही अंशी प्रभाव पडलेला आहे. माझी

माई माझ्या सर्व नायिकांमध्ये नाना मिषांनी रूपांतरित होऊन अवतरते. तशीच कित्येक नायिकांच्या चित्रणात यशोदे, तुझी छाया स्पष्टपणे दिसते. तुझे सोशिकपण माझ्या नायिकांमध्येही अवतरले आहे.

म्हणून ही कादंबरी तुला अर्पण करताना मी म्हटले आहे -

युगा अठ्ठाविसांची वेदना...

- तिला

- कुणी एक.

ही कथा जशी तुझी आहे तशी माझीही आहे. म्हणूनच मी या पुस्तकाच्या सुरुवातीला मंगलाचरण मध्ये लिहिले आहे -

कुंतीनं देवाजवळ विपत्ती मागितली
देव म्हणाला, तथास्तु.
त्या देवदत्त दानानं
विश्व भावसमृद्ध झालं आहे.

वेदनेचा जयजयकार असो.
वेदना उपलब्ध झाली नसती, तर मानवानं
सुख कसं भोगलं असतं कोण जाणे!

ही कुणा एकाची भ्रमणगाथा.
हा कुणी एक स्वतःच्या आणि दुसऱ्यांच्या
सुखदुःखाचा साक्षी होता.

– गोपाळ नीलकण्ठ दाण्डेकर

यशोदा

रामधार नाशिकला पहिल्यांदा काही जात नव्हते. यापूर्वी ते एक दोनदा नाशिकला गेले होते. पण त्यावेळची परिस्थिती वेगळी होती. आता उतरत्या वयात बब्बांना हा लांबचा प्रवास झेपेल की नाही ही चिंता यशोदेला लागून राहिली होती.

रामधार यशोदेची समजूत घालत म्हणाले,

"यशोदा बिटिया, काळजी काय करतेस? मी काही एकटा नाही जात नाशिकला. गावातील आठ दहाजण आहेत माझ्या बरोबर."

"पण बब्बा, जाणं आवश्यक आहे का?" यशोदा काळजीच्या स्वरात म्हणाली.

"यशोदा बिटिया, कुंभमेळा काही सारखा सारखा येणार आहे का? आहे योग म्हणून जातो आहे, " बोलता बोलता रामधार यशोदेला म्हणाले,

"तू असं का करत नाहीस?"

"काय बब्बा?"

"तू पण चल ना कुंभमेळ्याला नाशिकला.'

'छे. छे. मला कसं येता येईल नाशिकला? मग पाठशाळेचं काय होईल? या मुलांकडे कोण पाहील? तुम्ही जावा बब्बा. मी पाहीन घराकडे." यशोदा रामधारना म्हणाली.

कुंभमेळ्याला नाशिकला जाण्याच्या आदल्या दिवशी यशोदेने घरी लाडू,

शंकरपाळ्या, करंज्या, चिवडा रामधारांना प्रवासात खाण्यासाठी केला. ते पाहून रामधार हसत हसत यशोदेला म्हणाले,

"तू तर अगदी दिवाळीच चालवली आहेस."

"असू द्या बब्बा."

"बरं बिटिया असू दे."

"बब्बा, एक विचारू?"

"हो विचार की."

"इतका लांबचा प्रवास तुम्हाला झेपेल ना?"

यशोदानं काळजीच्या स्वरात विचारलं.

"अग बिटिया, मी काही थोडाच चालत जाणार आहे नाशिकला? इथून बसने इंदोरला. इंदोरवरून रेल्वेने नाशिकला. काय आहे एवढं काळजी करण्यासारखं?"

"पण बब्बा, तुम्ही स्वत:ची काळजी घ्या. वेळच्या वेळी खात पित जा."

"बरं तू सांगितलेले लक्षात ठेवेन मी."

शेवटी रामधार कुंभमेळ्यासाठी नाशिकला निघून गेले.

बब्बा नाशिकला गेले. घर रिकामे झाले. यशोदाचे मन भूतकाळात गेले. तिला कधीकाळचे भैय्यांचे बोल आठवले -

"यशोदे, तू का येत नाहीस परिक्रमेला?"

त्यावेळी मी म्हणाले होते,

"बब्बा आता म्हातारे झाले आहेत. त्यांच्याकडे मग कोण पाहणार?"

आज बब्बा मला विचारताहेत-

"तू का येत नाहीस नाशिकला कुंभमेळ्याला?"

आता पाठशाळेची, मुलांची जबाबदारी आहे. त्यांच्याकडे कोण पाहणार? सांगते आहे मी बब्बांना. खरंच, माणसांची जबाबदारी कधी संपत नाही. सगळ्या जबाबदारीतून माणूस रिकामा होतो तेव्हा शरीर त्याला साथ देत नाही.

भैय्यांना जाऊन आता जवळजवळ २० वर्षांचा काळ निघून गेला. काय बदललं होतं इतक्या वर्षांत?

देशाला स्वातंत्र्य मिळाले. कधी काळी पाठशाळेत शिकणारी सुखलाल, व्रज, गंगाधर ही मुले केव्हाच शिक्षण पूर्ण करून आपापल्या घरी निघून गेली. आता

मुलांची लग्न होऊन सगळे संसारालाही लागले होते. पण ही मुले आपल्या दिदींना अजून विसरली नाही.

लग्न झाल्यावर सुखलाल, व्रज ही मुले जोडीने आपल्या बायकांना घेऊन आपल्या दिदींच्या पाया पडून गेले. वर्षा-सहा महिन्यांतून ही मुले आपल्या या दिदीला आवर्जून भेटायला येतात.

आता पूर्वीसारखी पाठशाळेत शिकायला मुलंही फारशी नसतात. जी काही तीन-चार मुले आहेत त्यांना यशोदा मनापासून शिकवते आहे.

गावात आता प्राथमिक शाळा सुरू झाली आहे. तिथे यशोदेला शिकवण्याचे काम मिळाले आहे. दर महिन्याला पगार त्या बदल्यात तिला मिळत आहे. अजून काय हवे?

इतक्या वर्षांतही यशोदा भैय्यांना विसरली नव्हती. कधी तिला प्रश्न पडे. भैय्या आता कुठे असतील? काय करत असतील? त्यांना माझी, या घराची आठवण येत असेल का? भैय्यांनी दिलेले गीताभाष्य रोज न चुकता ती वाचत होती.

नाशिकच्या कुंभमेळ्यावरून दहा दिवसांनी रामधार घरी आले. प्रवासाचा कसलाही शीण त्यांच्या चेहऱ्यावर दिसत नव्हता. ते अधिक प्रसन्न वाटत होते. कुंभमेळ्यातील ती गर्दी, लोकांची वर्दळ, दुकाने, संत महात्म्यांचे दर्शन, पाहिलेल्या नाशिकचे तोंड भरून कौतुक रामधार यशोदेजवळ करत होते.

कुंभमेळ्यावरून येताना रामधारजींनी यशोदेसाठी पाच-सहा पुस्तके वाचण्यासाठी आणली होती. ती त्यांनी तिच्या हवाली केली.

घरात आता पुस्तकांचे चांगले ग्रंथालयच झाले होते. किती नानाविध विषयांची पुस्तके. वाचन हाच यशोदेसाठी मोठा विरंगुळा होता. पुस्तकाशिवाय दुसरा चांगला मित्र नाही हेच खरे. रामधारजींना यशोदेच्या वाचनाची आवड माहिती होती म्हणून कधी कुठे परगावी गेले की ते यशोदेसाठी पुस्तके आणत.

लहाणपणापासून यशोदेला ही वाचनाची आवड. लहानपणी मुले, आई वडिलांकडे खाऊसाठी हट्ट करतात पण यशोदाने कधीच खाऊसाठी हट्ट केला नाही. पुस्तके वाचायला मिळाली की यशोदा खूश!

रात्री जेवण झाल्यानंतर यशोदा जिना चढून वरच्या खोलीत आली. नर्मदेच्या खिडकीत बसली. खूप वेळ ती नर्मदेकडे पाहत राहिली... आज झोप कुठे गायब झाली होती कुणास ठाऊक? झोप काही लागेना.

यशोदा उठली. बब्बांनी नाशिकवरून आणलेल्या पुस्तकांतून एक पुस्तक तिने हातात घेतले. 'कुणा एकाची भ्रमणगाथा.' नाव जरा वेगळंच वाटलं तिला.

यशोदेने चिमणीची वात थोडी वर केली. यशोदा पुस्तक वाचायला लागली. रात्र वाढत होती. यशोदा एक एक पान मोठ्या उत्कंठेने वाचत होती. वाचता वाचता

यशोदेचे डोळे पाणावले ते न पुसता यशोदा वाचत होती. कधी अस्वस्थ होत होती. कधी आनंदाने तृप्त होत होती.

कादंबरी संपली तेव्हा पहाट झाली होती. यशोदाने पदराने डोळे पुसले. पुस्तकाचे लेखक गोपाळ नीलकण्ठ दाण्डेकर हे दुसरे तिसरे कोणी नसून आपले भैय्याच आहेत.

भैय्या, तुम्ही माझी कथा लिहिली आहे. या अतिसामान्य यशोदेची कथा लिहूनच केवळ थांबला नाही, तर ही कादंबरीच तुम्ही मला अर्पण केली आहे. या यशोदेचे किती मोठे भाग्य?

भैय्या, तुम्ही लेखक झाला तर? किती सुंदर लिहिता तुम्ही. अगदी दृष्ट लागेल असं. जितके सुंदर तुमचे बोलणे, अभंग म्हणणे, एखादे गाणे गुणगुणणे तितकंच हे शब्दसामर्थ्य तुमचं अफाट!

काय हा योगायोग! बब्बा नाशिकला कुंभमेळ्याला गेले काय. येताना त्यांनी पुस्तके आणली काय... त्यात तुमचे पुस्तक असावे काय... माहीत आहे भैय्या? आज सकाळपासून तुमची इतकी आठवण येत होती, त्यात योगायोगाने तुमचे हे पुस्तक हातात पडले. काय बोलू? शब्द सुचत नाही मला.

आठवते भैय्या, तुम्हाला? जाताना मी तुम्हाला म्हणाले होते, 'भैय्या, ऐकलंत का?' पण छे न थांबता तुम्ही तसेच निघून गेला नि परत यशोदेच्या जीवनात कधी फिरकला नाही.

तुम्ही गेलात... पण मी तुम्हाला कधी विसरले नाही. वाटे, भैय्या आपल्याला कधीच विसरून गेले असतील. यदाकदाचित भ्रमंती संपून कुठे एका जागी स्थिर झाला असाल. लग्न वगैरे करून संसारात गुंतून गेला असाल. मग कोण कुठली यशोदा तुम्हाला कशाला आठवेल? कशाला तुम्ही माझा विचार कराल?

पण भैय्या, मी किती चुकीचे होते. पण आज सगळं सगळं साफ दिसतंय. जो अज्ञानाचा अंधार होता तो दूर झाला.

भैय्या, तुम्ही अद्याप या यशोदेला विसरला नाही. नुसते मला आठवणीत ठेवले नाही तर या यशोदेची कथाही लिहून काढली.

भैय्या, माझ्याजवळ शब्द नाहीत. काय बोलू? तुम्ही असेच लिहीत रहा. खूप मोठे लेखक व्हा. या यशोदेच्या मनात तुमच्याबद्दल नुसताच आपलेपणा नाही तर तेवढाच आदरही आहे.

पहाटेपूर्वीचा काळोख आता संपत आला होता.

आता काही वेळातच उजाडेल...

एक प्रसन्न पहाट यशोदा खूप दिवसांनी अनुभवत होती.

तिने नर्मदेकडे पाहिले.

आई नर्मदेला हात जोडत यशोदा म्हणाली,

"नर्मदामैय्या,

भैय्या कुठेही राहू दे

पण-

नेहमीच ते सुखात राहू दे!

आनंदात राहू दे!!"

संदर्भ :-

१) कुणा एकाची भ्रमणगाथा
लेखक - गोपाळ नीलकण्ठ दाण्डेकर

२) स्मरणगाथा
लेखक - गोपाळ नीलकण्ठ दाण्डेकर

३) कहाणी मागची कहाणी
लेखक - गोपाळ नीलकण्ठ दाण्डेकर

४) आशक मस्त फकीर
लेखिका - डॉ. वीणा देव

५) स्मरणे 'गोनीदां' ची
संपादन लेखिका - डॉ. वीणा देव

- लेखक परिचय -

नाव : **सुनील प्रभाकर पांडे**

पत्ता : 'सिंधुप्रभा', मु.पो.नीरा, ता. पुरंदर, जि. पुणे.
पिन - ४१२१०२.

भ्रमणसंवाद : ९०७५९०२८४९ / ९८१७८२९८९८

ई मेल : sunilpande786gmail.com

जन्मदिनांक : १९ / ०८ / १९८०

शिक्षण : एम.ए. (मराठी)

नोकरी : पुणे महानगरपालिकेत कार्यरत

छंद : लेखन, वाचन आणि भ्रमंती

प्रकाशित पुस्तके :

१) नीरा एक सुंदर गाव (चारोळी संग्रह), २०१८

२) मनातले सारे (चारोळी संग्रह), २०१९

३) बंड्या बोर्डात आला (विनोदी कथासंग्रह), २०१९

४) चिऊ बोले तनू बोले (बालकविता संग्रह), २०१९

५) हसता हसता (बालकविता संग्रह), २०१९

६) इंद्रायणी एक्सप्रेस (मराठी तसेच भारतीय आणि जागतिक भाषेतील पहिली व्हॉट्सॲप महाकादंबरी), २०२०

७) लॉकडाऊनच्या कथा (कथासंग्रह), २०२०

८) तीरे तीरे नीरा (नीरा नदीची परिक्रमा), २०२१

९) अमृतवाहिनी नीरा (नीरा नदीच्या उगमस्थानांचा प्रवास), २०२१

१०) नर्मदापुत्र अमृतलाल वेगड (चरित्र), २०२१

११) शूलपाणीचे अद्भुत विश्व
(नर्मदा परिक्रमावासींचे शूलपाणी झाडीतील अनुभव), २०२१

१२) प्रा.व.बा. बोधे यांच्या ग्रामीण साहित्यातील शब्दधन, २०२१

१३) आदर्श मुख्याध्यापक वसंतराव गोंजारी (चरित्र), २०२१

१४) रॉकी आणि टॉमी (श्वानकथा), २०२१

१५) बेस्ट फ्रेंड (कादंबरी), २०२१

१६) लॉटरी (कादंबरी), २०२१

१७) बायको माझ्या नवसाची (विनोदी कथासंग्रह), २०२१

१८) बंडूचे वधू संशोधन (विनोदी कथासंग्रह), २०२१

१९) एका लेखकाची गोष्ट (आत्मकथनात्मक कादंबरी), २०२२

२०) पोस्टातील दिवस (आत्मकथनात्मक कादंबरी), २०२२

२१) डायरी एका प्रेमाची (कादंबरी), २०२२

२२) पुणे - सातारा पॅसेंजर (कथासंग्रह), २०२२

२३) गोष्ट एका रिटायरमेंटची (एक दिवसीय कादंबरी), २०२२

२४) लॉकडाऊनचे दिवस (आत्मकथनात्मक कादंबरी), २०२२

२५) डायरी एका प्रेमाची (कादंबरी), २०२३

२६) मायही जगो नि मावशीही जगो (आठवणी), २०२३

२७) डायरी एका उंदीरमामांची (बालकादंबरी), २०२३

२८) एक होती बाई (काव्यसंग्रह), २०२३

२९) नादिष्ट (ललित लेखसंग्रह), २०२३

पुस्तकप्रकाशितकरणंझालंसोपं

अर्थात

#AnyoneCanPublish

अंतर्गत प्रकाशित झालेली पुस्तकं

अ.क्र.	पुस्तकाचे नाव	लेखकाचे नाव	विषय/ कॅटेगरी	किंमत
१.	पौर्णिमेच्या कथा	चिंतामणी देशपांडे	ललित	१३०/-
२.	मनाच्या आरश्यात	प्रिया खैरे पाटील	ललित	२४०/-
३.	मनतरंग	प्रिया खैरे पाटील	कविता	१३०/-
४.	दृष्टी	कांचन शेंडे	ललित	१९०/-
५.	चित्रकर्मी	आशिष निनगुरकर	ललित	२९९/-
६.	माझी भटकंती	दिलीप वैद्य	ललित	१५०/-
७.	आत्मसंवाद	रमेश राठोड	कविता	१३०/-
८.	साद	पुष्पा तारे	कविता	१६०/-
९.	भुकेलेल्या देशाची कृषि महासत्तेकडे वाटचाल	अनिल शिंदे	सामाजिक	२६०/-
१०.	वाट चालता चालता	पुष्पा सराफ, रोशनी सराफ, नक्षत्रा सराफ	कविता	१३०/-
११.	पाऊलवाटेवर चालताना	सुचेता अवसरे	कविता	१३०/-
१२.	कृष्णं वंदे जगद्गुरूम	श्यामसुंदर राठी	ललित	१९९/-
१३.	बापा तुझं आभाळ	हनुमंत भवारी	कविता	१३०/-
१४.	रुपक कथा	शशांक देव	कथा	९९/-
१५.	केशव-लक्ष्मी कृपा	राधिका श्रीराम घोरपडे	ललित	१३०/-
१६.	शिंपल्यातील मोती	अंजना चौगुले-चावरे	चरित्र	१९९/-
१७.	प्रपात	प्रणव लेले	कविता	१२५/-
१८.	'जागृती'तून जागृतीकडे	जयश्री काळे	सामाजिक	३८०/-

१९.	गंधाळलेली फुले	यशवंत पाटील	ललित	१९०/-
२०.	भवताल	मनीषा आवेकर	ललित	१८०/-
२१.	सामर्थ्य विचारांचे	सतीश सूर्यवंशी	सुविचार	२५०/-
२२.	अभिनयांकित	जयश्री दानवे	ललित	२५०/-
२३.	मोलाची ठेव	कृष्णा पाटील	कथा	२२८/-
२४.	बासरी	किरण वेताळ	कविता	१२५/-
२५.	द जेनेटिक वेडिंग रिंग	मंदार मुंडले	नाटक	९९/-
२६.	फुलांच्या दुनियेत	मृणाल तुळपुळे	ललित	१७०/-
२७.	Incremental learning of Electricity Smart Meter Data	Archana Y. Chaudhari Preeti Mulay	टेक्निकल	850/-
२८.	छोड अकेला फिर जाओ	उर्मी रुमी	कथा	१७०/-
२९.	प्रवासातून प्रबोधन	श्रीराम भास्करवार	प्रवासवर्णन	१९०/-
३०.	गढीवरच्या आईसाहेब	डॉ. यशवंत पाटील	कादंबरी	१५०/-
३१.	भरून येणाऱ्या डोळ्यांतून	अरुणकुमार जोशी	कविता	१२०/-
३२.	द्रौपदीबाई पठाण	प्रिया गोगावले-विखे	कादंबरी	१६०/-
३३.	मुरडण	बालाजी मदन इंगळे	ललित	१३०/-
३४.	अन्नगाथा	डॉ. मृणाल पेडणेकर	विज्ञान	१४०/-
३५.	विवेकवेल	वसंत गायकवाड	चरित्र	४९९/-
३६.	व्यक्तिमत्त्व विकासाचा कोलाज	विनोद बिडवाईक	सेल्फ हेल्प	२००/-
३७.	निवडक डॉ. गिरीश दाबके	डॉ. गिरीश दाबके	संपादन	५२०/-
३८.	कवडसे	डॉ. अरविंद वैद्य	ललित	३५०/-
३९.	रुबाब	अमोल सोंडकर	कादंबरी	१४०/-
४०.	Titan slayers	Soha Mehendale	कॉमिक	180/-
४१.	An Eternal	Dr. Arjun Shirsath	कविता	140/-
४२.	Karmaveer Bhaurao Patil: Life and work of a rebel	Bharat Kavathekar	चरित्र	190/-

४३.	महासत्तेच्या वाटेवर	युवराज कोरे	माहितीपर	१४०/-
४४.	घेरं	वासुदेव डहाके	कादंबरी	६७०/-
४५.	स्वयंविकासाची स्वयंप्रेरणा	विनोद बिडवाईक	सेल्फ हेल्प	२२०/-
४६.	माझा युरोप प्रवास	अशोक केसरकर	प्रवासवर्णन	२८०/-
४७.	इंडिया डायरी	प्रमोद देशपांडे	माहितीपर	२००/-
४८.	India Dairy	Pramod Deshpande (English)	माहितीपर	240/-
४९.	राम तोचि विठ्ठल	शीला देशमुख	ललित	१५०/-
५०.	चैत्रपालवी	चैत्राली कुळकर्णी	कविता	१८०/-
५१.	काट्यातले मोरपीस	अरुण कटारे	कविता	१८०/-
५२.	पालवी	काशीराम बोर	कविता	१३०/-
५३.	अंतरंग सावल्यांचे	सदाशिव शेंडे	कविता	१९०/-
५४.	भावबंध	मोहन सरडे	ललित	१७०/-
५५.	ईशोपनिषद	सुरेश गर्जे	अध्यात्म	१५०/-
५६.	फुलबाग	सुरेश गर्जे	ललित	१२०/-
५७.	रामराज्य	सुरेश गर्जे	अध्यात्म	१७०/-
५८.	तुका आकाशाएवढा	सुरेश गर्जे	अध्यात्म	२२०/-
५९.	पैसा, पैसा आणि पैसा	सुरेश गर्जे	ललित	१७०/-
६०.	भारतभर सायकलभ्रमण	दत्तात्रय मेहेंदळे	ललित	३७०/-
६१.	कचराकोंडी ते पंधरा कोटी	सतीश वैजापूरकर	माहितीपर	१८०/-
६२.	कोवळी पाने	संदीप काळे	कविता	१२५/-
६३.	धूमधडाका	मयूरेश कुळकर्णी	कथा	२३०/-
६४.	Unalome	Shweta Bharati	अध्यात्म	250/-
६५.	होम मिनिस्टर	युवराज कोरे	कादंबरी	१८०/-
६६.	ओवीरूप भगवद्गीता	आर. जी. पाटील	तत्त्वज्ञान	८७०/-
६७.	आरोग्यधाम	बी. के. तेली (चौधरी)	आरोग्य	१५०/-
६८.	सप्रेम	अर्जुन शिरसाठ	कविता	१४०/-
६९.	साष्टांग	अर्जुन शिरसाठ	कविता	१४०/-
७०.	रेन वॉटर हारवेस्टींग	प्रवीण खांडवे	माहितीपर	१९९/-

७१.	शिवसूत्र	योगेश क्षत्रिय	सेल्फ हेल्प	२९०/-
७२.	Vitality in human resource	Vinod Bidvaik	सेल्फ हेल्प	299/-
७३.	Holistic approach	Vinod Bidvaik	सेल्फ हेल्प	120/-
७४.	The genetic wedding ring	Mandar Mundale	नाटक	99/-
७५.	Andra Recipe	Vijaya Lakshmi	पाककला	990/-
७६.	ठिकरीची फोडणी	अशोक कांबळे	कथा	१९०/-
७७.	वाटणी	कृष्णा पाटील	कथा	२५०/-
७८.	तडजोड	निवृत्ती जोरी	आत्मचरित्र	४९९/-
७९.	माणूस म्हणून जगा	उदय माळगावकर	कविता	२६०/-
८०.	जीवन प्रवाह	दीपक भोजराज	कविता	२६०/-
८१.	ऋग्वेद अर्थसार	बापू कुंभार	तत्त्वज्ञान	४७०/-
८२.	आहे सुगम तरी...	विजय श्रोत्रिय	ललित	२२०/-
८३.	स्वर व्यंजनी	प्रसाद पाठारे	बालकविता	१२०/-
८४.	मुक्तछंद	डॉ. स्मिता झंवर	कविता	१२०/-
८५.	काव्यसुधा	प्रकाश निर्मळे	कविता	१२०/-
८६.	संपूर्ण दीपरामायण	दीपक करंदीकर	महाकाव्य	१४९९/-
८७.	महाविनाशाची पदचिन्हे	भाऊराव मुळे	नाटक	४९९/-
८८.	We are the quarry,fate is the Hunter	Prasad & Shubhada Godbole	Non-fiction	299/-
८९.	Rede an Das Gewissen	Dr. Rajendra Padture	Spiritual (Translation)	499/-
९०.	लंडन डायरी	रूपाली पाटील-मिरासदार	प्रवास	२२५/-
९१.	हे जीवन सुंदर आहे	मंगेश चौधरी	ललित	२५०/-
९२.	अक्षर ओळख	ज्योत्स्ना पास्ते	शैक्षणिक	१९९/-
९३.	तळ धुंडाळताना	ज्योती जोशी	कविता	२५०/-
९४.	कर्मफल	काशीराम बोरे	कथा	१८०/-

www.ingramcontent.com/pod-product-compliance
Lightning Source LLC
Chambersburg PA
CBHW050811050925
31939CB00092B/1150
* 9 7 8 8 1 9 6 8 0 0 4 9 9 *